ஞானத்தைத் தேடி

தீசன்

ISBN 979-888629072-1

பொருளடக்கம்

அணிந்துரை

ஞானம் பற்றி எழுத வயது தேவை, இங்கு வயது என்பது உடல் அடையும் பரிணாம வளர்ச்சி இல்லை. அன்றாட அனுபவம் தருகிற ஒரு முதிர்ச்சி. கவிஞர் வைரமுத்து ஒரு-முறை சொன்னார், "நீங்கள் தமிழைப்(திருக்குறளை) படிக்-கிறீர்கள் என்றால் ஈராயிரம் ஆண்டுகள் தொன்மையான பண்பாட்டினையும் அனுபவத்தையும் அதோடு சேர்த்தே படிக்கிறீர்கள் என்பதை நினைவில் கொள்ளுங்கள்!"

80 ஆண்டுகள் வாழ்ந்து ஒருவன் எட்டுகிற குறிப்பிட்ட துறைசார்ந்த அனுபவத்தை, எட்டுமாதங்கள் ஒருநூலகத்தில் அத்துறைசார்ந்த நூலை வாசித்தே ஒருவனால் (ஞான வடி-வில்) எட்டிவிட முடியும்.

இந்நூலின் முதலிரு தலைப்புகளை கடந்தாலே அது கண்கூடும். தந்தையின் தோளில் அமர்ந்து தந்தையைக் காட்டிலும் அதிக தூரம் காணும் மகனைப் போல, நம் முன்-னோரது எழுத்தை வாசிப்பதால் அவர்களது அனுபவமும் ஞானமாய் நமக்கு சேர்ந்து கிட்டுகிறது. நன்கு கனிந்துவிட்ட பழத்தை விட செங்காயாக இருக்கும் போது ஒருவித தனி ருசி இருக்கும்.

இந்நூலையும் நூலாசிரியரையும் அத்தகைய ருசி கொண்டோருக்கு மிகவும் பிடித்துவிடும்.

வாழ்வில் எத்தகு கடினமான தருணத்திலும் திருக்கு-றளையோ பகவத்கீதையையோ அர்த்தமுள்ள இந்துமதத்-தையோ புரட்டினால் நிச்சயமாக ஒரு தெளிவுகிட்டும். அவ்-வகையில்,

இந்நூல் ஒரு மினி திருக்குறள்...!
ஒரு நானோ பகவத்கீதை...!
ஒரு மைக்ரோ அர்த்தமுள்ள இந்துமதம்...!
"இளைதாக முள்மரம் கொல்க"

என்பார் வள்ளுவர். இளமையிலே இந்நூலை வாசித்து தர்க்கம் புரிவோர் தங்களின் தவறுகளையும் எளிதாக

மனமுவந்து களையவும் கூடும். நன்னெறி நல்கும் இத்தகு நன்னூல்கள் நாடெங்கும் பெருக! நல்வாய்ப்பு தருக! நற்பலன் பெறுக!

இப்படிக்கு,
சே. சூரியராஜ்.

முன்னுரை

ஞானத்தைத் தேட வைத்த தமிழ் தாய்க்கு என் முதல் வணக்கம். உலக இயக்கத்தோடு இணைந்து வாழ்ந்த நம் முன்னோர்கள் இன்றைய அறிவியலார் விளக்கக் கூடிய அளவிலே தங்களது கருத்துக்களை முன்வைத்து இருந்தாலும் ஞானிகளின் கருத்துக்கள் ஆச்சரியமாகவே உள்ளது.

இயல்பான வாழ்வினிலே சுகத்தைத் தேடும் மனிதனானவன் எவரும் இல்லாத தனிமையோடு சுகமாக வாழும் ஞானியைக் கண்டு வியந்து போகிறான். வாழத் தேவையான சூத்திரத்தை தரும் அவர்கள் வாழ ஆசை இல்லாமல் இருப்பதைக் கண்டு குழப்பம் அடைகிறான்.

ஞானம் பற்றியும் ஞான வாழ்வைப் பற்றியும் அறியத் தொடங்கும் லௌகீக மனிதனுக்கு இந்நூல் நிச்சயம் உதவி செய்யும் என நான் நம்புகிறேன். ஞானவாதிகளின் தத்துவங்களை எளிதில் விளக்க மகாபாரத கதைகளை நூல் முழுதும் தேவையான இடத்தில் உதாரணமாய்க் காட்டியுள்ளேன்.

வரலாற்றை நேரடியாக படிப்பதை காட்டிலும் புனைவு கதைகளாய் படிக்கையில் பசுமரத்தாணி போல் மனதில் பதிகிறது. அதேபோல தத்துவங்களை வெறும் வார்த்தைகளாய் அல்லாமல் கதைகளாய் தெரிந்து கொள்ளும் போது எளிதில் புரிகிறது.

நீங்களும் இவ்வுலகமும் என்றும் அமைதியாகவும் பரிபூரண நிம்மதியோடு இன்புற்று வாழ உதவி செய்வதற்கு முயல்வதே இந்நூலின் முதற்கடனாகும். அணுவளவே ஞான துளிகள் இடம்பெற்றிருக்கும் இந்நூலை இயம்புவதற்கு அறிவும் அனுபவமும் நூல் வழியே எமக்களித்த அமர நிலை எய்திய எனது ஞான குருமார்கள் அனைவருக்கும் அடக்கத்துடனே நன்றியை தெரிவித்துக்கொள்கிறேன்.

இச்சிறு நூலுக்கும் சிறப்பான அணிந்துரை வழங்கிய சொல்லாய்வுச் செல்வர் சே.சூரியராஜ் அவர்களுக்கும் நூல்

வடிவமைப்பிற்குதவிய அண்ணன் ஸ்ரீராம் அவர்களுக்கும் ஞானத்தை தேடி வந்த அனைத்து நல் உள்ளங்களுக்கும் என் பணிவான வணக்கங்கள் நன்றிகள்.

தமிழ்நேசன்,
தீசன்

ஞானத்தைத் தேடி இரண்டாம் பதிப்பு

இந்த புத்தகத்தை வெளியிட்டு சரியாக ஒரு வருடமாகிறது. தென்றல் இதழில் வெளிவந்த இந்த ஞானத்துளிகள் இதுவரை ஆயிரத்துக்கும் மேற்பட்ட நபர்களால் படிக்கப்பட்டுவிட்டது. இருந்தாலும் சிறைச்சாலை அத்தியாயத்தில் சிலருக்கு ஏற்பட்ட குழப்பமே இந்த இரண்டாம் பதிப்பிற்கு காரணமாகும்.

இம்முறை அவ்வத்தியாயத்தில் இருந்த குழப்பமான கருத்துகளை நீக்கி கருவை நன்றாக விளக்கியிருக்கிறேன். இனி குழப்பம் இருக்காது என்று நம்புகிறேன். ஐந்து மாதம் ஆகியும் கூட இந்த புத்தகத்தில் இருக்கும் எந்த கருத்துகளுக்கும் எனக்கு மாற்றுக் கருத்தே இல்லை. நான் சொன்னவற்றில் இன்றளவும் உறுதியாகவே இருக்கிறேன்.

இந்த ஞானத்துளிகள் தவறாக இருக்குமோ என்ற சந்தேகத்தில் எதிர்மறை கருத்துகளுக்கு நான் அதிக முக்கியத்துவம் காட்டி வந்தாலும் அவையும் இப்புத்தகத்திற்கு எவ்வித இடையூறும் தரவில்லை.

ஒரு குழந்தை பிறந்தவுடன் தாய்ப்பால் அருந்துகிறது, வளர்ந்த பிறகே உணவினை எடுக்கிறது. அதுபோல, ஞானப்பெரும்பாலை தேடிச் செல்வோர்களுக்கு ஒரு குறும்பால் போன்று இந்நூல் நிச்சயம் உதவும் என்பதில் எனக்கு மறைமுக சந்தேகம் கூட இல்லை.

இதில் சொல்லப்பட்ட சில கருத்துகள் முழுக்க முழுக்க மிகுபெரும் மகான்களால் முன்பே சொல்லப்பட்ட கருத்துகள் தான் என்பதை அடக்கத்துடனே குறிப்பிட விரும்புகிறேன்.

இந்நூலை படித்த என் ஆசிரியர், 'உன் வாழ்க்கையை வீணாக்கி கொள்ளாதே' என்றார். ஒழுக்கநெறியில் அமைதிவழியில் செல்பவன் இன்றைய படித்த மனிதர்களால் கூட வாழ்க்கையை வீணாக்கி கொள்பவனை போலவும் ஏமாளியாகவும் தெரிவது வருத்தமளிக்கிறது.

இருக்கட்டும், இந்த நூலை படிக்க வந்த அனைவருக்கும் என் பணிவான வணக்கங்கள் நன்றிகள்.

28-02-2022

அன்பன்,

தீசன்

1

சிறைச்சாலை

ஏக போக களியாட்டங்களில் திளைத்திருக்கும் ஒருவன் மன்னிக்க முடி-யாத குற்றத்திலே ஈடுபடுகிறான்.

பாவத்தின் சம்பளம் அதற்கு சமமான தண்டனை என்பது அவனுக்-கும் தெரியாமலில்லை.

குற்றம் புரிந்தவனுக்கு கடுமையான தண்டனை விதிக்கப்படுகிறது. அவனது குடும்பங்கள் அழுகிறது, மனைவி தவிக்கிறாள், குழந்தைகள் துடிக்கிறார்கள். இவனோ, நீதி அரசரிடம் 'என்னை மன்னியுங்கள், மன்-னியுங்கள்' என்று கதறிப் பார்த்தான்; காரியமாகவில்லை.

'தண்டனையையாவது குறைத்து கொள்ளுங்கள்' எனக் கெஞ்சவவே, நீதி அரசரோ 'தண்டனையை குறைக்க முடியாது ஆனால் உனக்கு சில சலுகைகள் தருகிறேன்' எனக் கூறி, இவன் சிறையில் கொஞ்சம் வசதி-களை ஏற்படுத்தி தருகிறார்.

அவனும் அந்த அற்ப இன்பங்களை அனுபவித்துக் கொண்டே சிறை வாழ்க்கை கழித்துவிடலாம் என எண்ணி ஒப்புக் கொள்கிறான்.

சிறையில் இருக்கும் ஒவ்வொரு கைதிகளுக்கும் ஒவ்வொரு கடமை-கள் தரப்படுகிறது. தினமும் அவர்கள் தங்களது கடமையினை எந்த வித பலனும் இன்றி செய்து கொண்டே இருத்தல் வேண்டும்.

ஒருவனுக்கு சமைப்பது கடமையானால் இன்னொருவனுக்கு துவைப்-பது கடமையாகும்.

இவன் சமைப்பதை அனைவரும் உண்டு தான் ஆக வேண்டும். இவன் துவைப்பதை அனைவரும் உடுத்தி தான் ஆக வேண்டும்.

சுக துக்கங்களை காணாது இடைவிடாமல் இப்பணியை செய்வோர்கள், தண்டனை காலம் முடிந்ததும் மகிழ்ச்சியாக வீட்டிற்கு செல்லலாம்.

தண்டனை காலத்திலும் மேலும் பல குற்றம் புரிவோர்களுக்கு, இச்சிறைவாசம் முடிந்த மறுகணமே வேறொரு சிறைகதவு திறந்துவிடப்பட்டிருக்கும்.

மறுமை நிலையிலும் தவறிழைத்தவர்கள் அவரவர்களின் தவறுகளுக்கேற்ற தண்டனையை இந்த இரண்டாம் சிறையில் அனுபவிப்பர். ஆனால், இது கொஞ்சம் கடுமையாக இருக்கும்.

நான் மேலே குறிப்பிட்ட கருத்துகள் யாவும் ஆகமம் போன்ற சூட்சமமான ஒரு லோக ரகசியமாகும்.

இதில் சிறை என்பது பூமியையும் தண்டனை என்பது வாழ்க்கையையும் சலுகை என்பது இன்பத்தையும் கடமை என்பது நோக்கத்தையும் நீதியரசர் என்பது விளக்க முடியா இயற்கை அல்லது இறைவனையும் குற்றவாளி என்பது நம்மையுமே குறிக்கும்.

இப்பிறப்பு என்பது நமக்கு கொடுக்கப்பட்ட தண்டனையே. அதனாலே தான் இங்கு ஒருவராலும் நிம்மதியாக இருக்க முடியவில்லை.

தமிழ் இலக்கியங்கள் நான்கு உறுதி பொருளைக் கொண்டுள்ளது. அவை, அறம் பொருள் இன்பம் வீடு

இதில் சொல்லப்பட்டிருப்பது என்னவெனில் அறத்தோடு வாழ்ந்தால் பொருள் கிடைக்கும், பொருள் வந்தால் இன்பமும் தானே வரும். இவை மூன்றும் அமைக்கப் பெற்றால் நீ வீடு பேற்றினை அடைவாய் அதாவது பிறவாத நிலை எய்துவாய் என்பது பொருள்.

‘சுக துக்கங்களை காணாது இடைவிடாது கடமையினை செய்வோர், மகிழ்ச்சியாக வீட்டிற்கு செல்லலாம்’ என்று நான் குறிப்பிட்டது பிறவாத நிலை அடைந்திடலாம் என்பதையே குறிக்கும்.

சிலப்பதிகாரத்தில் கோவலன் செய்யாத தர்மங்களே இல்லை, வள்ளல் பட்டியலில் சேர்க்கப் பட வேண்டியவன் கோவலன்.

ஆனால் அவன் இத்தனை இன்னல்களை அனுபவிக்க வேண்டிய காரணம் என்ன?

இந்த கேள்விக்கு சிலப்பதிகாரமே நமக்கு விடை தருகிறது. இளங்கோவடிகள், இதுவரை இச்சை மேல் இச்சை வைக்கும் ஒரு பாத்திரமாகவே கோவலனைக் காட்டி, அடைக்கலக்காதையில் நம் மனநிலை-

யையே மாற்றுகிறார்.

கோவலன் மீது அளவுகடந்த மரியாதை வருமளவிற்கு அவன் செய்யும் தர்ம காரியங்களை மாடல மறையோன் வாயிலாக நமக்கு தெரியப்படுத்துகிறார்.

இத்தனை நன்மை செய்தும் நீ இவ்வளவு இன்னல்களை சந்திக்க காரணம் உன் முன் வினைப் பயனே என்கிறார்.

தும்பியைப் பிடித்து விளையாடும் சிறுவர்களிடம் பெரியவர்கள் சொல்வார்கள் 'தும்பியைப் பிடிக்காதே மறு ஜென்மத்தில் நீ தும்பியாகவும் இந்த தும்பி மனிதனாகவும் பிறந்து உன்னை அது பிடித்து விளையாடும்' என்று

இக்கால பிள்ளைகள் புத்திசாலிகள் 'போன முறை அது என்னை பிடித்து விளையாண்டதற்கு தான் இப்போது நான் அதை பிடித்து விளையாடுகிறேன்' என்கிறார்கள்.

இந்த விடை சிரிப்பாக இருந்தாலும் சிந்திக்க வேண்டியது. துன்பங்கள் நீயாக தேடிப் போவதற்கும் தானாக தேடிவருவதற்கும் வித்தியாசம் உண்டு.

உணவில் விசத்தை கலந்து நீயே உண்பதற்கும் நண்பன் உணவை அவனுக்கு தெரியாமல் எடுத்து உண்டபின் அதில் விசம் கலக்கப் பட்டிருப்பது தெரியவருதற்கும் நிறைய வித்தியாசம் உண்டல்லவா.

இதுவே பூர்ம கர்ம வினை பயன்கள் ஆகும். இதுதான் பாவத்திற்கு தகுந்த தண்டனையையும் புண்ணியத்திற்கு தகுந்த சலுகையினையும் வகுக்கிறது.

இந்த புவியில் உள்ள ஒவ்வொரு ஜீவராசிகளுக்கும் ஏதோ ஒரு படைப்பின் நோக்கமுள்ளது அதுவே கடமையாகிறது.

கடமையும் தண்டனையும் முடிவடையும் போது சிறைச்சாலையிலிருந்து கைதியும் வெளியேற்றப்படுகிறான். அதாவது, நோக்கமும் வாழ்க்கையும் முடிவடையும் போது உடல் அல்லது உலகத்திலிருந்து மனிதனானவன் வெளியேற்றப்படுகிறான்.

குர்ஆன், கீதை, திருக்குறள் போன்றவற்றிலிருந்து என்னால் உறுதியாக அறிய முடிந்தது, 'பிறப்பு தான் தண்டனை, இறப்பு தான் விடுதலை' என்பதே ஆகும்.

'பிறப்பு பெற்றோரின் படைப்பு, இறப்பு இறைவனின் அழைப்பு, இடையில் கொஞ்சம் நடிப்பு' என்கிறார் குரு கண்ணதாசன் அவர்கள்.

அப்படியிருக்க இந்த சொர்கம் நரகம் என்றால் என்ன? என்ற கேள்வி வரும்

சொர்கம் எங்கிருக்கிறது என்று எனக்கு தெரியாது. ஆனால், எவ்வழியே சென்றால் அதை அடையலாம் என்பது எனக்கு தெரியும்.

2

எங்கே வழி

காலை எழுந்த உடன் இந்த உடல் புத்துணர்ச்சியை தேடுகிறது, பிறகு உணவைத் தேடுகிறது, உண்ட உணவை செரிக்க வைக்க வேலையை தேடுகிறது பின் களைப்பில் இரவு உறக்கத்தை தேடிப் போகிறது.

அப்படியெனில் ஆடம்பரத்தை தேடுவது யார்?

இன்பத்தை தேடுவது யார்? சுகமாக வாழ பணத்தை தேடுவது யார்?

நிச்சயமாக உடல் இவைகளை தேடுவதில்லை.

உலகில் உள்ள அனைத்து ஜீவராசிகளின் சரீரமும் நம்மை அறியாமலே மரணத்தை தேடுகிறது.

உடல் ஆடம்பரத்தை தேடுவதில்லை என சர்வ நிச்சயமாக நான் சொல்வதற்கு காரணம் அது எதைத் தேடுகிறதோ அதையே உங்களிடம் கேட்கிறது.

தாகம் மூலம் நீரைக் கேட்கிறதே தவிர குளிர் பானத்தை அல்ல, பசியின் மூலம் உணவைக் கேட்கிறதே தவிர ருசியைக் கேட்கவில்லை.

வெயில் காலத்தில் குளிரையும், குளிர் காலத்தில் வெப்பத்தையும் கேட்கிறதே தவிர ஏசி-யையும் ஹீட்டரையும் கேட்கவில்லையே.

விறகடுப்பும் வீசும் தென்றலும் கூடத்தான் வெப்பத்தையும் குளிரையும் தருகிறது.

இந்த ஆடம்பரங்கள் இல்லையெனில் உடல் இவைகளைத் தான் நாடி இருக்கும்.

பணம் இவைகளை பெற உதவுகிறதே தவிர உடலுக்கு தேவையில்லை.

நல்லவேளையாக உறக்கத்தை தோற்கடிக்கும் அளவிற்கு மனிதன் இன்னும் எதையும் கண்டுபிடிக்கவில்லை.

சென்ற தொடரில் சொர்கத்தை பற்றியும் நரகத்தைப் பற்றியும் சொல்லி முடித்தேன்.

சொர்கத்திற்கு எவ்வழியே செல்ல வேண்டும் என்பதையும் நரகம் எங்கே இருக்கிறது என்பதையும் தெரிந்து கொள்வதற்கு முன் காஞ்சி மகா பெரியவா சொல்லும் அற்புதத்தை நாம் கேட்க கடமைப்பட்டுள்ளோம்

காஞ்சிப் பெரியர்களிடம் ஒருமுறை ஆங்கிலேயர் ஒருவர் வந்தாராம், அவர் நான் ஒரு கிறிஸ்தவன் எங்கள் மதத்திலும் சொர்கம் நரகம் நம்பிக்கை அதிகம் உண்டு, ஒரு நாள் நான் எங்கள் ஊர் பாதிரியாரிடம் கேட்டேன் கருணையே வடிவான இயேசு ஏன் நரகத்தை படைக்க வேண்டும்? அனைவரையும் சொர்கத்திற்கே அனுப்பலாமே? என்று, அதற்கு அவர் என்னிடம் சரியான பதிலைச் சொல்லவில்லை நீங்கள் சொல்லுங்கள் என்றாராம்.

பெரியவர்கள் அவருக்கு மட்டுமல்லாமல் நமக்கும் இதற்கு விடை தருகிறார்.

ஒருவன் நன்மை செய்தால் பதிலுக்கு நன்மையையே பரிசாக பெறுகிறான். தீமை செய்தால் தீமையே கிடைக்கிறது.

அறிவியலும் இதனை ஏற்றுக்கொள்கிறது.

முன் செய்த குற்றத்திற்கு நரக தண்டனையையும் செய்கின்ற நன்மைக்கு சுவர்க்க ஆனந்தத்தையும் நாம் அனுபவித்துக் கொண்டே தான் இருக்கிறோம்.

கற்பனா சக்தி அதிகம் படைத்த சிலர் கொடுத்த வடிவங்களே சொர்கத்திற்கு தேவதைகளும் நரகத்திற்கு அரக்கர்களும்

உண்மையில் இரண்டுமே ஒன்று தான் அது நீ வாழும் பூமி தான்.

பிறப்பிலிருந்து இறப்பு வரை கவலை இல்லாத ஒருவனை காணமுடியுமா?

இன்பத்திற்கும் துன்பத்திற்கும் அத்தனை ஒற்றுமை உண்டு.

வாழ்க்கை முழுதும் இன்பத்திலே மூழ்கி இருப்பவனுக்கு மீண்டும் ஒரு இன்பம் வந்தால் அவனுக்கு என்ன தெரியபோகிறது.

துன்பத்தோடே துயில் கொள்பவனுக்கு மேலும் ஒரு துன்பம் வந்து விழிக்க வைத்துவிடுமா என்ன?

இன்ப வெள்ளத்தில் நீந்தும் ஒருவனுக்கு வரும் சிறு துன்பம் மலையை காட்டிலும் பெரிதாகத் தெரியும்

அந்த துன்பத்தை அவன் மீண்டும் நீஞ்சி கடக்கும் போது வரும் இன்பம் அவன் இது வரை பார்த்திடாத அளவுக்கு இனிக்கும்

துன்பம் இருந்தாலே இன்பம் தெரிகிறது

இன்பம் இருந்தாலே துன்பம் வருகிறது

நன்மையையும் தீமையையும் கலந்துகட்டி செய்ததன் எதிர் வினையே நன்மையும் தீமையும் மனிதனிடத்தே சஞ்சரிக்கிறது.

அது எப்படி ஒருவன் பாவத்தை செய்தால் தண்டனையை அனுபவிக்கிறான். நன்மையை செய்தால் இன்பம் பெறுகிறான். என்று ஆராய்வதை நிறுத்திக் கொண்டு

பாவஞ்செய்தால் கஷ்டம் தேடி வரும் என்பதை தெரிந்து கொள்ளுங்கள்.

இறைவன் எதிரே காலை நீட்டி அமர்ந்த பாட்டி இறைவனைப் பார்த்த உடனே ‘என்னை மன்னித்து விடப்பா’ என வேண்டிக் கொண்டு எதிர்புறம் காலை நீட்டிக் கொண்டாளாம்.

இறைவனை சிலையாய் மட்டும் பார்க்கும் பலருக்கு, இறைவன் அந்த திசையில் மட்டுந்தான் வெற்றுருவாய் புலப்படுவார்.

புண்ணியந்தேடி காசிக்கு போகாதீர்கள் வருந்தி வருவோருக்கு உணவளிக்க புண்ணியம் உங்களைத் தேடி வரும்.

சொர்க்கமும் நரகமும் வானுலகில் இல்லை.

உன் செயலினிலே உருவாகிறது.

கீழேயிருந்து கிடைக்கும் நாணயம் கூட யாசகன் தட்டிற்கு போக கூடாது என்ற எண்ணமே நரகத்திற்கு இலவசமாக அழைத்துச் செல்கிறது.

கத்தியை எடுத்து கொடுக்கும் போது கூட அதன் கூர் முனையைப் பிடித்தெடுத்து கொடுக்கும் பொன் எண்ணம் இருக்கும் இடத்தைத் தேடி சொர்கமே இறங்கி வருகிறது.

இப்போது சொல்கிறேன் சொர்க்கத்திற்கு எவ்வழியே செல்ல வேண்டுமென்று

இங்கு எத்தனையோ வழி இருந்தும் நல் வழியில் சென்றால் சொர்க்கத்தினை அடைந்துவிடலாம்.

நரகத்தின் வழி எனக்கு தெரிந்தாலும், உங்களுக்கு அதைச் சொல்வதில் எனக்கு உடன்பாடில்லை.

3

பாவம் கோபம்

பாவம் என்றால் என்ன? இதை செய்தால் பாவம் வரும், அதைச் செய்தால் புண்ணியம் வரும் என்றெல்லாம் சொல்கிறார்களே

நான் எங்கு சென்று அவைகளையெல்லாம் கணக்குப் பார்ப்பது?

நன்மை செய்த பலர் கஷ்டப் பட்டுக்கொண்டும், தீமை செய்யும் பலர் சுகமாக வாழ்ந்து கொண்டும் தானே இருக்கிறார்கள், அது எப்படி?

எதை விதைக்கிறாயோ அதையே அறுவடைச் செய்கிறாய் எனும் சட்டமே இங்கு தோற்றுப் போகிறதே

ஞானம் சொல்லும் எந்த தர்மமும் நம்பும் படியாகவே இல்லையே

இது போன்ற சந்தேகங்கள் எழுவது இயற்கையே

இதற்கான பதிலை இக்கட்டுரையின் இறுதி வரியில் தருகிறேன்.

ஒரு செயலைத் தொடங்கும் முன்னரே மனித புத்தி அதன் பலனை நினைத்து ஏங்கும்.

அந்த தொழிலால் வரும் இன்பத்தை எண்ணி ஆசையெனும் கற்பனையில் மூழ்கும், துயரமென்னும் சுழற்சியினுள் சிக்கும் வரை.

மனித மனம் எத்தனை நீச குணமுடையது தெரியுமா?

ஓரறிவு கொண்ட மரத்தின் பொறுமை கூட அதற்கு கிடையாது.

விதை விதைத்த உடனே முளை விடுகிறதா என்ன?

ஒரு மரத்தின் வளர்ச்சி போன்று தான் நீங்கள் செய்த நன் செயலின் பிரதி பலனும்.

நெல்லிக்காய் முதலில் கசக்கிறது.

உண்ட பிறகு இனிக்கிறது.

கஷ்டப்பட்ட மனிதர்களே வாழ்க்கையில் முன்னேறுகிறார்கள்.

அவர்களின் முன் வாழ்க்கை மிகவும் கசப்பாகவே இருக்கிறது.

திடீர் என்று மேலே வந்தவன், திடீர் என்றே கீழே போகிறான்.

அவனின் அசுர வளர்ச்சி, அந்த சிறிய அடியைத் தாங்காது அடங்கி ஒடுங்கிப் போகிறது.

அடிபட்டு அடிபட்டு எழுந்தவனுக்கோ எத்தனை பலமான அடியும் ஏற்கனவே பட்ட காயங்களுக்கு ஒத்தரம் கொடுப்பது போல இருக்கும்.

துயரங்களிலே வாழ்ந்தவன் அழுகையை நண்பனாக்கிக் கொள்கி-றான்.

தலையணை ஈரமாவதால் அவன் தூக்கம் களைவதில்லை.

வடமொழி இலக்கியங்கள் பாவங்களை ஐந்தாகப் பிரித்தது அதற்கு பஞ்சமாபாவம் எனப் பெயராகும். அவை,

பொய்,களவு,சூது,கொலை,காமம்

அந்த காலப் பாலை நிலத் தமிழர்கள் களவினை தொழிலாகவும் தர்மமாகவும் கொண்டிருந்தனர்.

மேலை நாட்டு வறட்சி பகுதியில் வாழும் மக்கள் தமக்கு இறைவனே உணவாய் படைத்ததாக சிறு உயிரினங்களைக் கருதினர்.

பின் அது அவர்களின் தர்மமாகவும் கருதப்பட்டது.

அதனால், அன்று பாவங்கள் ஒவ்வொருவரின் மனநிலைப் பொருத்து அமைகிறது என்பதை அறியமுடிகிறது. இன்றும் அப்படியே

சில அறிஞர்கள் பாவங்களில் குரோதம் எனும் கோபத்தையும் குறிப்-பிடுகின்றனர்.

மனிதனிடத்தே இருக்கும் மிக ஆபத்தான குணம் எதுவென்றால்? அது கோபமே

அதனாலே அதைச் சேர்ந்தார்க் கொல்லி என வள்ளுவர் குறிப்பிடு-கிறார்.

உன் எதிரியை கோபமென்னும் அஸ்திரத்தை பயன்படுத்தி தோற்க-டிக்கிறாயா?

நிச்சயம் அது அவனை தாக்குவது போல் நடித்துவிட்டு உன்னைத் தான் தாக்கும்.

இதை மிக அழகாக இராமாயணம் நமக்கு கூறுகிறது.

இலக்குவனின் கோபத்தால் சூர்பனகை தன் மூக்கை இழக்கிறாள்.

இலக்குவனின் கோபத்திற்கு ஆளான மூக்கில்லா சூர்பனகையை கண்ட ராவணனின் கோபத்தால் இராமன் தன் மனைவி சீதையை இழக்கிறான்.

இராவணனின் அந்த மூடக் கோபத்தால் இறுதியில் தன் உயிரையே இழக்கிறான்.

இங்கு கோபம் எத்தனை அழகாக விளையாண்டுள்ளது பாருங்கள்.

இவர்களின் கோபம் இவர்களுக்கு எதிராகவே செயல்படுவதை காண முடிகிறது.

இலக்குவனுக்கோ இராவணனுக்கோ கோப குணம் இல்லாமல் இருந்திருந்தால் இழப்பும் இருந்திருக்காது இதிகாசமும் இருந்திருக்காது.

கர்ணன் படத்தில் கிளைமாக்ஸ் காட்சியில் அர்ஜுனன் தன் பாணத்தை கர்ணன் மீது எய்துவார். அப்போது தர்ம தேவதை வந்து அந்த கணைகளையெல்லாம் மாலையாக்கி கர்ணன் மீது சாத்தும்.

அர்ஜுனன் வியந்து ‘என்ன இது கண்ணா?’ எனக் கேட்க

அதற்கு கண்ணன், ‘தர்மம் அவன் தலையை காக்கிறது’ என்பார்.

தர்மம் ஏதோ ஒரு வகையில் உங்களை காத்துக் கொண்டே இருக்கிறது.

பிறந்த குழந்தை தவறி கீழே விழுந்தாலும் காயப்படுவதில்லை, அப்படி ஒரு எலும்பமைப்பை பிறப்பிலே பெறுகிறது. வளர வளர அந்த அமைப்பில் பெரிய மாற்றம் ஏற்படுகிறது.

பிரசவ காலங்களில் தாயின் உடலிலும் பல்வேறு மாற்றங்கள் ஏற்படுகிறது.

பூமி மாதாவிற்கு குழந்தையிடம் மட்டுமே கருணையுண்டு போல

இறைவன் ஒவ்வொரு செயலுக்கும் இரண்டு மாயையை ஏற்படுத்தி தருகிறார்.

ஏதோ ஒரு ரகசியம் இரண்டு பெரிய மாயத் திரையினால் மறைக்கப்பட்டுள்ளது.

ஆனால் மேலே இருக்கும் முதல் திரை மட்டுமே நம் கண்களுக்கு நன்றாகப் புலப்படுகிறது.

அதன் பெயரே அறிவியல்.

உள்ளிருக்கும் அந்த ரகசியத்தை இன்னொரு ரகஸ்யம் மறைக்கிறதல்லவா

அது என்ன?

சில கேள்விக்கு அந்த கேள்வியே விடையாகிறது.

அது ஒரு ரகஸ்யம்.

4

இழப்பு

எவ்வித குறையும் இன்றி நாட்டினை சிறப்பாக ஆண்டு வரும் ஒரு மன்னன் , தீடீர் என்று நோய் வாய்க் காரணத்தால் படுக்கையில் வீழ்கிறான்.

அரண்மனை வைத்தியர்கள் அனைவரும் கைவிரித்து உதட்டை பிதுக்கவே

தளபதி பல ரிஷிகளையும் முனிகளையும் அழைத்து வந்து வைத்தியம் பார்க்கிறான்.

எத்தனையோ பல அரிய மூலிகையை கொண்டும் மன்னனின் பிணியைத் தீர்க்க முடியவில்லை.

ஒருநாள், ஒரு முனிவர் வந்து 'இன்னும் ஒரே வழி தான் இருக்கிறது, உங்கள் நாட்டிலேயே எந்த வித குறையும் எந்த வித கவலையும் இல்லாத ஒருவனின் சட்டையையோ அல்லது ஒருத்தியின் சேலையையோ வாங்கி வந்து மன்னரின் தலையணையின் அடியில் வையுங்கள், அவர் நோய் தீரும், என்றாராம்.

அதன்படியே அந்த தளபதியும் நாடு முழுதும் கவலையில்லாதவனைத் தேடுகிறார்.

பிரஜைகளிடம் துயரத்தை விளக்கி ஆடையை கேட்பதற்கு, அனைவருமே ஒரு சோகக் கதைக்கு சொந்தகாரனாய் இருக்கின்றனர்.

தளபதிக்கு அந்த கதைகள் சாதாரணமாக தெரிந்தாலும், அவர்கள் அத்தனை துயரத்துடனே தங்களுக்கு நேர்ந்த நிகழ்வினை விவரிக்கின்றனர்.

நாடு எவ்வளவு சிறப்பாக இயங்கினாலும் மக்கள் மனதில் கவலைகள் இருந்து கொண்டேதான் உள்ளது, என்று எண்ணிக்கொண்டே வந்த தளபதி ஓடையின் அருகே ஒரு சிறுவனைக் காண்கிறான்.

சூரிய தேஜஸ் அந்த சிறுவன் முகத்தில்.

தட்டானோடு தட்டானாக விளையாடும் அவன் கவலையே இல்லாதவனாய் காணப்பட்டான்.

உடனே தளபதி அவனிடம் சென்று 'தம்பி இவ்வளவு உற்சாகமாக இருக்கிறாயே உனக்கு ஒரு பிரச்சனையும் இல்லையா' என்று கேட்டதற்கு அவன் சொன்னான்,

எனக்கு என்ன கவலை, நானோ சிறுவன், இப்போது மட்டுமல்ல எப்போதுமே நான் உற்சாகமாகத் தான் இருப்பேன்.

இதை கேட்ட தளபதி உடனே சரி தம்பி உன் பெற்றோர்கள் எங்கே? எனக் கேட்டார், அதற்கு அவனோ

எனக்கு பெற்றோர்களே கிடையாது உடன் பிறந்தோர், உற்றார், உறவினர் யாருமே கிடையாது.

எனக்கு எல்லாமே இந்த காடுதான். அதோ அந்த மரங்கள் எனக்கு உணவு தருகிறது. இந்த ஓடை நீர் தருகிறது.

அச்சச்சோ தம்பி இப்படி தனியாக இருந்து கொண்டும் எப்படியப்பா உற்சாகமாய் இருக்கிறாய்?

ஐயா முதலில் நீங்களொன்று புரிந்து கொள்ள வேண்டும். எனக்கு பெறுவதற்கு வேலையில்லை, இழப்பதற்கு ஒன்றுமில்லை.

நான் ஏன் துயரப்பட வேண்டும்.

இந்த பதிலை கேட்டு அதிர்ந்து போன தளபதி தன் குரலை சற்று தளர்த்தி உன்னிடம் ஏதாவது சட்டை இருந்தால் எனக்கு கொடுக்கிறாயா? என்றார்.

ஐயா என் சட்டை என்னைத் தவிர வேறொருவருக்கு பொருந்தாது நான் இறந்த மறுகணமே நீங்கள் அதை எடுத்துச் செல்லலாம்.

சிறுவனின் பதில் பொறுக்காது கோபமடைந்த தளபதி, அத்தனை நேரமில்லை எனக்கு, சீக்கிரம் உன் சட்டையை எடுத்து வா, என்று அதட்ட

அதற்கு அந்த சிறுவன் பொறுமையாக சொன்னான்.

அந்த சட்டையே நான் தான் என்று.

'காதற்ற ஊசியும் வாராது காண் கடைவழியே' எனும் வரிகள் மூலம் ஞானம் அடைந்த பட்டினத்தார் ஆகாரங்களை கிடைக்கும் இடங்களில் யாசகமாய் உண்டு வாழ்ந்தார்.

ஒரு முறை பட்டினத்தாரும் அவர் சீடர் பத்திரகிரியாரும் நேருக்கு நேர் அமர்ந்திருக்கும் போது பிச்சைக்காரன் ஒருவன் பட்டினத்தாரிடம் பிச்சை கேட்டான்.

அதற்கு பட்டினத்தார், பத்திரகிரியாரைக் காட்டி அவனிடம் போய் கேள், அவன் தான் பணக்காரன்' என அந்த யாசகனிடம் கூறவே.

இதை கேட்டு அதிர்ந்த பத்திரகியார் ஓடி வந்து

'குருவே நானும் உங்களைப் போலொரு துறவன் தானே, அப்படி இருக்க பணக்காரன் என்கிறீரே? என்று பணிவுடன் கேட்க, அதற்கு பட்டினத்தடிகள் சொல்கிறார்.

நாமே பிச்சைகாரர்கள் தான், ஆனால் உன்னிடமோ பிச்சை வாங்க பாத்திரம் இருக்கிறது என்னிடம் அதுகூட இல்லையேப்பா, என்று

இழக்க ஏதும் இல்லாதவர்கள் என்றும் இன்பத்துடனே இருக்கிறார்கள்.

மனிதன் அற்ப இழப்புகளுக்கு அத்தனை வருத்தப்படுகிறான்.

இறைவனிடம் ஒருவன், எனக்கு அந்த நிலம் சொந்தம், அந்த வீடு சொந்தம் என தன் சொத்துகளை யெல்லாம் காட்டி விட்டு உனக்கு என்ன சொந்தம்? எனக் கேட்டானாம், இறைவன் அவனை கைக்காட்டி, நீ எனக்கு சொந்தம் என்றாராம்.

உண்மையில் அனைவரிடமும் இழப்பதற்கு ஒன்று தான் இருக்கிறது.

அது தான் உயிர்.

5

அந்த ரகசியம்

பாவம் கோபம் தொடரில் சொன்ன 'அந்த ரகசியம்' பற்றிய தெளிவினைத் தரச் சொல்லி வாசகர் ஒருவர் கேட்டுக்கொண்டார்.

உலகத்தார் யாரும் அறியாத ஒரு செய்தி ஒருவருக்கு மட்டுந்தெரிந்தால் அது ரகசியமாகாது, கண்டுபிடிப்பாகிவிடும்.

குறைந்தபட்சம் இருவருக்காவது தெரிந்திருக்க வேண்டும்.

ஆனால் அந்த ரகசியமே வியக்கும் வண்ணம் பலர் பலவாறு தங்களது கருத்துக்களை முன் வைக்கின்றனர்.

என்னை பொறுத்த வகையில் படைப்பின் காரணமே ரகசியமாகிறது.

சூரியனின் படைப்பின் காரணத்தை என்னவென்று சொல்லலாம்?

ஒளி கொடுக்க

உயிர்களை உண்டாக்க

அந்த உயிர்களுக்கே உணவளிக்க

எங்கள் வீட்டின் துணிகளை காயவைக்க

மின்சாரம் உற்பத்தி செய்ய

ஏன் இப்படி இருக்க கூடாது?

நெருப்பால் வாட்ட

வளர்ந்து வளர்ந்து எல்லா கோள்களையும் எரித்து சாம்பலாக்க

மனிதர்களை கொல்ல

இப்படி நன்மை - தீமைகளை வகைப்படுத்தி கொண்டே போகலாம்.

ஆனால் இப்போதும் படைப்பின் காரணம் என்னவென்று தெரியவில்லையே

முன் சொன்னது போல் படைப்பின் காரணம் இருவருக்குத்தான் தெரிகிறது.

ஒன்று படைத்தவனுக்கு

இரண்டாவது அந்த படைப்புக்கு

என் படைப்பின் காரணம் எனக்கு தெரியவில்லையே? என நீங்கள் கேட்கலாம்.

ஒரு முனிவர் அவரது மகன் பிறந்ததிலிருந்து காட்டிலே வைத்து வளர்த்தாராம்

அவன் தன் தந்தையைத் தவிர இன்னொரு மனிதனைப் பார்த்ததே இல்லையாம்.

ஒரு நாள் இவன் தந்தை ஸ்நானம் செய்ய சென்றிருந்த போது அந்த வழியே வந்த ஒரு அழகிய இளங்கன்னி இவனது குடிலுக்குள் புகுந்து விட்டாளாம்.

அவன் தான் உலகமறியாதவன் ஆயிற்றே.

ஆண் பெண் பேதம் கூட அவனுக்கு தெரியவில்லை, அவளையும் அவனைப் போன்றவன் தான் என்று நினைத்து அவளது கரங்களைப் பிடித்து இழுக்கிறான்.

யார் நீ?

இதுவரை இவ்வளவு அழகான ஒருவனை நான் கண்டதே இல்லையே?

ஆமாம் ஏன் நீ தலையில் பூ வைத்துள்ளாய்?

பூணூல் போடாது மேலே என்ன போர்த்தி இருக்கிறாய்?

ஆகா உன் கரங்கள் என்ன இத்தனை மென்மையாக இருக்கிறது?

சொல் யார் நீ?

எனக் கேள்வி மேல் கேள்வியாய் அடுக்கி கொண்டே போகிறான்.

பின் அவள் மேலே ஆசை வயப்பட்டு அவளுடனே அந்த இடத்தை விட்டு ஓடிப்போய் உலகத்தை பார்க்கிறான்.

பெண் என்றால் என்ன? நம்மோடு வந்திருப்பது ஒரு பெண்ணோ? என்பதை எல்லாம் அறிந்து கொண்டு, இவளை விடவும் அழகான வேறொரு பெண்ணை மணக்கிறான்.

இவனது படைப்பே ஒரு சூனியமாக இருந்தது.

பெண் என்பதையே அறியாமல் முனிவர் மகன்

மாண்டிருக்கலாம்.

ஆனால் ஏதோ ஒரு சக்தி இவனை உந்திவிட்டு தன் காரியத்தை சாதித்து கொண்டது.

ஒரு பெண்ணை ஏமாற்றி இன்னொரு பெண்ணை மணப்பது தான் இவன் படைப்பின் நோக்கம் என நான் சொல்லவில்லை.

பாண்டவர்கள் வனவாசத்தில் இருக்கும் போது லோமசர் எனும் முனிவர் தருமனுக்கு சொல்லும் கதை இது.

உங்களது படைப்பின் காரணம் உங்களக்கே தெரியவில்லையானாலும் அந்த ஏதோ ஒரு ரகசியம் உங்களை வைத்து தன் காரியத்தை சாதித்து கொள்கிறது.

சிலர் மட்டுமே 'நான் யார்?' எனும் கேள்விக்கு விடை கண்டு பிடிக்கின்றனர்

பலர் தங்களது கருமம் என்னவென்பது கூட தெரியாமல் இறந்து போகின்றனர் ஆனால் செய்யாமல் இல்லை.

சூரியன் தன் கடமையாக கதிரை அனுப்பி கொண்டே இருந்திருக்கலாம்

ஆனால் அதுக்கு தெரிந்திருக்காது நமது ஒளியால் பலக்கோடி உயிரினம் உண்டாகும் என்று,

ஆனால் இப்படி உயிரினங்களை உண்டாக்குவதற்கென்றே சூரியனை படைத்த அந்த ரகசியம் சூரியனுக்கு தெரியாமலே தன் நோக்கத்தை பூர்த்தி செய்து விட்டது.

தருமன் தன் தம்பிகளோடு இந்திரபிரஸ்தத்தை அமைத்து விழா எடுத்த போது அங்கு வந்த வியாசர் ஓர் எச்சரிக்கை கொடுக்கிறார்.

தர்மா, விதி தன் வேலையை தொடங்கிவிட்டது.

உன்னால் பல லட்ச உயிர்கள் மாளப்போகிறது.

உன்னை நெஞ்சிலிட்டு வளர்த்தெடுத்த உன் உயிரான உறவினர்கள் உன்னாலே மடியப் போகின்றனர்.

இதைக் கேட்டு சோகத்தில் ஆழ்ந்த தருமனோ வியாசரிடம் இதற்கு ஏதும் பரிகாரம் உண்டா எனக் கேட்கிறான்.

வியாசர், உன் பங்காளிகளை பகைத்துக்கொள்ளாதே என்கிறார்.

தருமனும் அவர்ச் சொல் கேட்டு துரியோதனனையும் அவன் தம்பிமார்களையும் இனி பகைக்கக் கூடாது அவர்கள் என்ன சொன்னாலும் அதை தட்டாது செய்ய வேண்டுமென தன் தம்பிகளுடன் சத்தியம் செய்கிறான்.

துரியோதனனிடமிருந்து சகுனி மூலம் தூது வருகிறது பாய்ச்சிகை ஆட.

இவர்கள் தான் சத்தியம் செய்துள்ளார்களே, அவர்களின் பேச்சை தட்டக் கூடாது என்று.

தட்டாது போனார்கள், விளையாடினார்கள், வியாசர் சொன்னபடியே விதியும் விளையாண்டது.

பாரதயுத்தம் மூண்டது.

நடந்தாகுமெனில் அது நடவாமல் இருப்பதில்லை.

இதனால் தான் சொல்கிறேன், இருவர் இதில் ஈடுபட்டுள்ளனர் என்று,

ஆனால் இரண்டாமவருக்கு அந்த தொழில் தெரியாமலே நடந்து கொண்டிருக்கிறது.

அதனால் ரகசியம் ரகசியமாகவே காக்கப்படுகிறது.

6

கேள்வி பதில்

அறிவியலில் ஒரு நிகழ்வு உண்டு ஒரு அணு எலக்ட்ரானை இழந்து நேர்மின்சுமை பெறும் என்பர். அதுபோல ஆன்மீகத்தில் நாம் செய்யும் தான தருமங்களால் (பொருள் இழப்பு) புண்ணியம் பெறுகிறோம். இங்கு உண்மையில் உயிரைத்தவிர இழப்பதற்கு ஒன்றுமில்லாவிடில் நமக்கு சொந்தமில்லாத பொருட்களை இழப்பதால் (தானம்) எவ்வாறு புண்ணியம் உண்டாகும்?

இது வாசகர் ஒருவரின் கேள்வி

உண்மையில் தானத்தை இழப்பென்று நீங்கள் நினைத்தால் நிச்சயம் உங்களுக்கு புண்ணியம் உண்டாகாது.

மனது வருந்தி, 'இவருக்கு உதவவேண்டும்' எனும் எண்ணமே புண்ணியத்திடம் உங்களை அழைத்துச் செல்கிறது.

இதை நான் சொல்லவில்லை, தமிழ் இலக்கியங்கள் சொல்கிறது.

தானம் செய்ய வசதிப் படைக்காதவர்கள் எப்படி புண்ணியம் பெறுவது என்ற கேள்விக்கு புலவர் சொன்ன பதில் இது.

உங்கள் கேள்விக்கே வருகிறேன்.

உயிரைத் தவிர இழப்பதற்கு ஒன்றுமில்லாவிடில் நமக்கு சொந்தமில்லாத பொருட்களை இழப்பதால் எப்படி புண்ணியம் அடைவோம்?

கீதைச் சொல்கிறது, "எது இன்று உன்னுடையதோ, நாளை அது வேறு ஒருவருடையது"

கையை வெட்டிக் கொள்வதற்கும், தலையை வெட்டிக் கொள்வதற்கும் வித்தியாசம் உண்டு.

தட்டிலிட்ட தானத்தை மீண்டும் வாங்கிவிடலாம். கொடுத்த உயிரை மீண்டும் வாங்க முடியுமா?

இழப்பு என்பதே மீண்டும் அடைய முடியாததாகும்.

போனது எவையெல்லாம் போனவையாகவே இருக்கிறதோ அவையே இழப்பு.

நான் பணத்தை இழந்து விட்டேன், மீண்டும் சம்பாதித்து விடலாம்.

போன மரியாதை திரும்ப வருமா ? என்பார்கள்.

தன் மகன் பீமனுக்கு துரியோதனன் விஷம் கொடுத்து ஆற்றில் தள்ளிவிட்ட செய்தியைக் கேட்டவுடனே குந்தி தேவியாருக்கு துரியோதனன் மீதிருந்த மதிப்பும் மரியாதையும் பற்றும் போயிற்று.

ஆனால் கர்ணன் ஒருமுறை, 'நான் விளையாட்டின் ஆர்வ மிகுதியால் துரியோதனின் மனைவி இடையினில் கை வைத்து விட்டேன், அவள் மேகலையிலிருந்த ரத்தினங்களெல்லாம் சிந்திவிட்டது. இதை கண்ட என் நண்பன் துரியோதனன் அந்த மணிகளையெல்லாம் எடுத்து பொறுக்கவோ, கோற்கவோ எனக் கேட்டானம்மா' என குந்திதேவியாரிடம் சொன்னபோது

துரியோதனின் மீதிருந்த துவேஷமெல்லாம் போய் அளவு கடந்த மரியாதை வருகிறது குந்திக்கு

அதனால் மரியாதையும் இழப்பாகாது.

நிம்மதி இழந்தோம் என்பார்கள் இழப்பதற்கென்று ஒரு பொருள் இருக்கும் வரை நிம்மதி இருக்காது.

உயிர் நம்மோடு இருக்கும் வரை நிம்மதியும் இருப்பதில்லை.

எவனொருவன் இந்த உயிர் நமக்கு சொந்தமில்லை என்பதை உணருகிறானோ அவன் வாழ்வையே வெல்கிறான்.

இதை என் ஞான குரு நாதர் கண்ணதாசன் அவர்கள் ரத்தின சுருக்கமாக சொல்லி இருப்பார்கள்.

"உயிர் கடவுள் கொடுத்த கடன், உடல் கடவுள் கொடுத்த பரிசு"

கடனைத் திரும்பிக் கொடுக்க வேண்டும். பரிசை கொடுத்தவரே திருப்பிக் கேட்கமாட்டார்.

உடலாகிய நம்மிடையே உயிரைத் தவிர இழப்தற்கு வேறொன்றும் இல்லை.

கவலை இல்லாத அந்த சிறுவன் என்னிடம் இழப்பதற்கு ஒன்றுமில்லை எனக் கூறினான்.

தளபதி அவனிடம் சட்டைக் கேட்டதற்கு 'நான் தான் அந்த சட்டை' என்று தன் உடலையே கூறுகிறான்.

இழப்பதற்கு அவனிடம் 'உயிர் அடைத்த உடல்' இருந்தாலும் அதை அவன் ஓர் இழப்பாக கருதவில்லை.

அது அவனைக் கவலையின்றி இருக்க வைத்தது.

நம் கைகளுக்கு வந்து போகும் மற்ற பொருள்கள் அனைத்துமே மாயை தான்.

அந்த பொருட்கள் இன்னொருவரின் பசியைத் தீர்கப்பயன்படுகிறதெ-னில் அதை கொடுப்பதில் (இழப்பதில்) தவறொன்றும் இல்லை.

அறிவியல் ஜோதி படைத்த உங்களுக்கு அறிவியல் படியே பதில் தருகிறேன்

'ஓர் அணு தன்னிடம் உள்ள எலக்ட்ரானை கொடுத்து நேர்மின் சுமை பெற்றால் அந்த அணு ஓர் அயனியாக மாற்றம் அடையும்'

அதுபோலவே ஒரு மனிதன் தன்னிடம் உள்ள பொருட்களையெல்-லாம் தானஞ்செய்து புனிதனாக மாற்றம் பெறுகிறான்.

நமக்கு சொந்தமில்லாத பொருட்களை இழப்பதால், புண்ணியம் உண்டாகுமா? என்ற கேள்விக்கு 'உண்டாகும்' என்பதே என் துணிபு.

இந்த உலகத்தில் எவையுமே நமக்கு சொந்தம் கிடையாது. நமது கண்கள் மூடும் வரை, நம்மிடம் சொந்தம் போல நடிக்கும் அவ்வளவு தான்.

இறந்து புதைந்து போகிறவன் ஆறடி

நிலத்தையாவது சொந்தம் கொண்டாலாம், எரிந்து சாம்பலாகுபவன் அதற்கும் தகுதியற்றவனே.

அது தான் சிறப்புங்கூட, உலகில் இதுவரை வாழ்ந்து இறந்த அனை-வரையும் புதைத்து கல்லரை எழுப்பிருந்தால், நாம் வாழ்வதற்கு இடம் ஏது?

உங்களது கேள்வியின் மூலம் இன்னொன்றும் சொல்ல நான் கடமைப்பட்டுள்ளேன்.

"ஸ்ரீ ராமகிருஷ்ண பரமஹம்சரிடம் ஒருவர் வந்தார்.

சுவாமி, நீங்கள் விஷ்ணுவை வணங்குகிறீர்கள், அந்த விஷ்ணுவின் அவதாரம் தான் ராமனும், கிருஷ்ணனும் என்கிறீர்கள்,

ஏன் ஒரு கடவுளுக்கு இத்தனை வடிவம் கொடுக்க வேண்டும்? எனக் கேட்டார்.

அதற்கு பரமஹம்சர் சொன்னாராம் அப்பனே, நீ ஒருவர் தான் ஆனால் உன் மகனுக்கு தந்தை, உன் தந்தைக்கு மகன், மனைவிக்கு கணவன், மாமனாருக்கு மாப்பிள்ளை, மைத்துனனுக்கு மைத்துனன், அண்ணனுக்கு தம்பி, தம்பிக்கு அண்ணன்.

சாதாரண மனிதன் உனக்கே இத்தனை வடிவம் இருக்கும் போது உலகையே காக்கும் இறைவனுக்கு வெவ்வேறு வடிவங்கள் இல்லாமல் இருக்குமா? என்றாராம்.

பரமஹம்சர் இன்னொன்றும் சொல்கிறார், 'ஒரு குளத்திற்கு எத்தனை படித்துறைகள் இருந்தாலும், அவை அனைத்துமே குளத்திற்குள் தான் நம்மை அழைத்து செல்கிறது. அதே போலவே இறைவனும் இறை நம்பிக்கையும் எத்தனை வடிவத்தில் இருந்தாலும் அவை ஞானத்தை நோக்கியே பயணிக்கிறது.

இதிலிருந்து நாம் ஒன்று அறிய முடிகிறது.

விஞ்ஞானமோ மெய்ஞானமோ இரண்டுமே ஞானத்தைத்தான் எதிர்ப்பார்கின்றது.

வேறுபாடு என்ன வென்றால் விஞ்ஞானம் ஞானத்தை கற்றுக் கொண்டிருக்கிறது.

மெய்ஞானம் ஞானத்தை கற்பித்துக் கொண்டிருக்கிறது.

7

ஜீவகாருண்யம்

ஐந்து மாதத்திற்கு முன் வரை இதுப் பற்றி பேச நான் தகுதியற்றவனே, ஆனால் இப்போது அரைகுறைத் தகுதி எனக்கும் இருப்பதாகவே கருதுகிறேன்.

பெரும்பாலான ஞானிகள் தங்களது குடும்பங்களை புறக்கணித்து தனித்து இருப்பார்கள்.

'அமைதி வாழ்வை தேடி போன அவர்களுக்கு சொந்த பந்தகளின் பாசம் புரியாது, அன்பு தெரியாது' என்று உலகம் நினைக்கும்.

ஆனால் ஞானஸ்தர்களின் நிலை வேறு, நம்முடைய நிலை வேறு.

அவர்கள் இந்த உலக உயிர்கள் அனைத்தையுமே தன் சொந்தகளாகப் பார்க்கின்றனர்.

ஒரு குறிப்பிட்ட இனக்குழுவிடம் மட்டும் ஒட்டி உறவாடுவதை அவர்கள் விரும்பவில்லை.

தெரிந்த மனிதர்களின் இறப்பிற்கு மட்டும் கண்ணீர் வடிப்பதை அவர்கள் வெறுத்தார்கள்.

இருவர் ஓர் உதவியை கேட்கும் போது இரண்டாவதாக வந்த சொந்தக்காரனுக்கு முன்னுரிமை காட்டுவது அவர்களுக்குப் பிடிக்கவில்லை.

போலியான இந்த உலகில் வாழப்பிடிக்காமல் வனாந்திரங்களில் தனியாக வாழத் தொடங்கினர்.

ஆனால் உலகமோ இவர்களுக்கு அன்பு இல்லை, கருணை இல்லை, உதவி செய்யும் மனம் இல்லை என்று தூற்றும்.

இவைகளையெல்லாம் கேட்டு அவர்கள் கவலைப்பட்டதும் இல்லை.

சாதாரண மனிதர்களைக் காட்டிலும் இவர்களுக்கு கருணையும் அன்பும் அதிகமே.

'வாடியப் பயிரைக் கண்டபோதெல்லாம் வாடினேன்' எனும் வள்ளலாரின் வார்த்தையின் மூலம் அவரின் மன வேதனையை நம்மால் புரிந்து கொள்ள முடிகிறது.

பற்றற்ற வாழ்வை மேற்கொண்டிருக்கும் திருமூலர் கூட இடையன் மேய்த்து வந்த கால்நடைகள் வீடு திரும்ப வேண்டுமென்பதற்காக ஒருமுறையும், வீரசேன பாண்டியன் மனைவி குணவதிக்காக ஒருமுறையும் தன்னுடைய காயகல்ப உடலை இழந்தார் என்பதை படித்தறிய முடிகிறது.

இணையத்தில் ஒருவர் கருணையைப் பற்றி மிக அழகாக விளக்கியிருந்தார்.

"மனிதர்களுக்கு இரண்டு விதமாக கருணைத் தோன்றுகிறது, ஒன்று குட்டைப் போன்றது, இன்னொன்று கடலைப் போன்றது, குட்டைப் போன்றதன் பெயரே மனிதநேயம். கடலைப் போன்றதன் பெயரே ஜீவகாருண்யம்"

மனிதன் மனிதனிடையே மட்டும் காட்டும் கருணை மனிதநேயமாகும்.

தமிழ்நாட்டில் ஒரு கட்சி உண்டு. அதன் பெயரே மனிதநேயம் எனத் தொடங்கும்.

சமீபத்தில் அவர்கள் ஒரு போராட்டம் நடத்தினார்கள்.

எல்லா ஊரிலும் நடத்தினார்களா, குறிப்பிட்ட ஊர்களில் மட்டும் நடத்தினார்களா எனக்கு தெரியாது.

அவர்களின் போராட்டம் என்ன தெரியுமா?

அரசைக் கண்டித்து அரசு அலுவலக வாசல்களில் குப்பைக் கொட்டும் போராட்டம்.

அந்த குப்பைகளை ஒரு துப்புரவாளர் தான் சுத்தம் செய்வார், துப்புரவாளரும் ஒரு மனிதன் தான் என்பதைக் கூட அறியாத இவர்களின் கருணையே இல்லாத கொள்கையின் பெயர் மனிதநேயம்.

இன்று சேற்றில் முளைத்த செந்தாமரைப் போல் மனிதநேயமும், பாலையில் பூத்த முல்லையைப் போல் ஜீவகாருண்யமும் அரிதாகவே உள்ளது.

தாய்மையைப் போற்றும் தமிழைத் தாய்மொழியாய் கொண்ட நம்மில் பலர் இந்தியை இழிவாகப் பேசினர்.

இந்தியிடம் இலக்கியமில்லை, இலக்கணமில்லை, வடிவமைப்பு இல்லை, இந்தியிடம் என்ன இருக்கிறது? எனக் குறைகூறி தனது தமிழ்ப் பற்றை உயர்வாக காட்டுவதாக நினைப்பதே இவர்களின் நிலை.

எந்த ஒரு உண்மையான தமிழ்ப் பற்றாலனும் இன்னொரு மொழியைத் தூற்ற மாட்டான்.

நமக்கு வேண்டுமானால் அது இன்னொரு மொழியாக இருக்கலாம், அவர்களைப் பொருத்தவரை இந்தி அவர்களின் தாய்.

‘இன்னொருவன் தாயைப் பழிப்பவன், நல்ல தாயின் வயிற்றில் பிறந்திருக்க மாட்டான்’ என்பார்கள்.

பிறரின் தாய் மொழியைத் தூற்றுவதோடு மட்டுமல்லாமல், நம்முடைய தாய்மொழிக்கும் கலங்கம் ஏற்படுத்துகிறீர்கள் என்பதை புரிந்து கொள்ளுங்கள்.

அதுமட்டுமல்லாமல் மொழியொன்றின் குறைகளை சுட்டிக்காட்டுவது சக மனிதனின் ஊனத்தை சுட்டிக்காட்டி அவனை வேதனைக்கு உள்ளாக்குவதற்கு சமமாகும்.

அதைவிட இழிவான செயல் கிடையாது.

அன்றைய சூழ்நிலையில் ‘இந்தியை எங்களிடம் திணிக்க வேண்டாம், இந்தியை நாங்கள் ஏற்க மாட்டோம்’ என்பதோடு நிறுத்தியிருக்கலாம்.

இத்தனை செல்வம் பொருந்திய தமிழைத் தாய்மொழியாய்க் கொண்டதற்கு நாம் சந்தோஷமடைய வேண்டுமே தவிர, பிற மொழியின் குறைகளைக் கூறி அவர்களை ஏக்கமடையச் செய்ய கூடாது.

கருணையுள்ளவன் அப்படி செய்ய மாட்டான்.

இதுவரை மனிதநேயத்தைப் பற்றி என் மனதில் தோன்றியதைச் சொன்னேன்.

ஜீவகாருண்யம் என்றால் என்ன? என்பதையே இங்கு பலர் தவறாக புரிந்து கொண்டுள்ளனர்.

‘மாட்டின் கொழுப்பும், இரத்தமும் தான் நெய்யும் பாலும் அதை உண்ணலாம், ஆனால் அசைவம் உண்ணக் கூடாதா? அப்படி பார்த்தால் மாட்டின் பாலும் நெய்யும் அசைவந்தானே ஏன் அதை சாப்பிடுகிறீர்கள்?’ என்ற கேள்வி வருகிறது.

கொஞ்சம் கூடத் தெளிவு இல்லாதவர்களின் வாதம் இது.

நாம் எடுத்துக் கொள்ளும் உணவு, எந்த உயிருக்கும் பாதகம் செய்ததாக இருக்கக் கூடாது.

மாட்டின் வயிற்றை அறுத்து இங்கு யாரும் பாலும் நெய்யும் எடுக்கவில்லை.

பசுவின் மடியில் சுரக்கும் அதிகப்படியான பாலையே கறந்து எடுத்து பாலாகவும் நெய்யாகவும் வெண்ணையாகவும் தயிராகவும் படைக்கிறோம்.

சொல்லப்போனால் அந்த அதிகப்படியான பாலை கறக்காமல் விட்டால் தான் அந்த பசுவிற்கு மடி வீங்கி பிரச்சனை ஏற்படும்.

அந்த வகையில் பசுவிற்கு நன்மை செய்கிறோமே தவிர இம்சிக்க வில்லை.

ஜீவகாருண்யம் என்பதே அசைவம் உண்ணாமலிருப்பது அல்ல எந்த உயிருக்கும் துன்பம் செய்யாமல் இருப்பது.

அது நிச்சயம் உங்களை ஓர் அமைதியான வாழ்க்கைக்கு அழைத்துச் செல்கிறது.

எந்த ஒரு உயிரினத்தையும் இம்சிக்க கூடாதென்றால் தாவரங்களையும் துன்பப்படுத்த கூடாது அல்லவா? ஆனால் ஜீவகாருண்யத்தில் இருப்பவர்கள் தாவர உணவு தானே எடுக்கிறார்கள்? உங்கள் கொள்கைக்கே முரணாகிறதே? என்று கேள்வி வரும்.

இதற்கு என்னிடம் இரண்டு பதில் உள்ளது. முதலில் வள்ளலார் சுவாமி அவர்களின் பதிலையே தருகிறேன்.

"நான் எந்த உயிருக்கும் துன்பஞ்செய்ய கூடாது என்றே எண்ணுகிறேன், ஆனாலும் இந்த உடல் உணவு இல்லாமல் இயங்குவதில்லை அதனால் தாவரங்களிடம் மன்னிப்புக் கேட்டுக் கொண்டு அவைகளைக் கொல்லாது அவைகளின் நகமும் முடியும் போன்ற இலைகளையும், கனி காய்களையும் மட்டுமே எடுத்து சமைத்து உண்கிறேன்' என்கிறார்.

எத்தனை உயர்ந்த எண்ணம் பாருங்கள் வள்ளலாருக்கு, ஜீவகாருண்யத்தில் இருப்பவர்கள் தாவரங்களையும் கொல்வதில்லை, அவைகளே வேண்டாமென உதிர்த்து விடும் பொருட்களையே எடுக்கின்றனர்.

இன்னும் சில பிராமணக் குழுக்கள் பூண்டு, கிழங்கு போன்ற வேர்த்தாவரங்களையும் உண்பதில்லை.

ஏன் என்றால் அவைகளை பறிக்கும் போதே அவற்றின் உயிரும் பறிக்கப்படுகிறது.

அந்த கால பிராமணக் கொள்கையில் மிகச் சிறந்த ஜீவகாருண்ய கொள்கையும் இருந்தது.

இன்று அவர்கள் அசைவம் சாப்பிடக் கூடாது, பூண்டு கிழங்கு சாப்பிடக் கூடாது என்று அதை ஏதோ சாஸ்திரம் என்று நினைக்கின்றனர்.

அவர்களின் முன்னோர்கள் ஏன் இப்படியெல்லாம் சாஸ்திரம் அமைத்தார்கள் என்பது அவர்களிலே சிலருக்கு மட்டுந்தான் தெரிகிறது.

தெரிந்த சிலர் மட்டுமே அதை நெறியோடு கடைப்பிடிக்கின்றனர்.

ஆனால் ஜீவகாருண்யத்தில் பொதுவாக தாவரங்களை உண்ணலாம் என்பார்கள். அதற்கு என்னுடைய பதில் இதோ,

'உலக உயிர்கள் அனைத்துமே உணவுக்காகவோ உதவிக்காகவோ ஒன்றையொன்று சார்ந்திருக்கும்'.

இது உண்மையே.

ஆனால் அது அந்த இடத்தைப் பொறுத்தது.

பாலைவனங்களிலும் பனிப்பிரதேசங்களிலும் வாழும் மக்கள் தாவரங்களை கண்டெடுக்க கூட முடியாது.

வேறு வழியே இன்றி வயிற்றுக்காக அவர்கள் உயிர்க் கொலை செய்ய வேண்டிருந்தது.

அது தான் அவர்களின் வாழ்வாதாரமும் கூட.

ஆனால் இயற்கையே மனிதனுக்கான உணவு எது? என்பதை தெளிவாக நமக்குச் சொல்கிறது.

ஓர் ஆட்டைக் கொல்வதற்கென்று அழைத்து வரும் போது, அது அந்த கத்தியை பார்த்த உடனே 'மே...மே' என இடைவிடாது சத்தமிடுகிறது.

என்னை 'விட்டுவிடுங்கள் விட்டுவிடுங்கள்' என்று துள்ளுகிறது.

தன் கழுத்தில் கட்டப்பட்டிருக்கும் கயிற்றை அவிழ்க்க முடியுமா என்று இழுத்து இழுத்து ஏமாற்றமடைகிறது.

இதே போல் ஒரு கோழியை அழைத்து வரும் போது சிறகினை பட பட வென அடித்து அலறுகிறது.

பிடிபட்டவன் கைகளிலிருந்து விடுபட வேண்டுமென்று அங்குமிங்கும் ஆட்டம் போடுகிறது.

இறுதியில் இதுவும் ஏமாற்றமடைகிறது.

தூண்டிலில் மாட்டப்பட்ட மீன்களும் என்னை தண்ணீரில் விட்டுவிடுவென துடித்து துடித்து ஏமாற்றமடைகிறது.

இவைகளனைத்தும் 'உணவிற்காக படைக்கப்பட்ட உயிர்கள்' என்றால் அமைதியாக அல்லவா இருந்திருக்க வேண்டும்.

ஏன் தான் கொல்லப்பட்டுவிட கூடாதென்று துடிக்கிறது? துள்ளுகிறது? பறக்கிறது?

ஏன் என்றால் இவைகள் எதுவும் மனிதனின் உணவிற்காக படைக்கப்பட்டது அல்ல.

மரஞ்செடிகளில் இருக்கும் கனிகளையும் காய்களையும் இலைகளையும் பறிப்பதால் அவைகள் காய்ந்து இறப்பதில்லை.

மீண்டும் துளிர்த்து உனக்கான உணவுத் தயார் என்பதைக் காட்டுகிறது.

இயற்கையின் இந்த செயல்களின் மூலமே உணரமுடிகிறது தாவரங்கள் தான் மனிதனுக்கு உணவென்று.

கேவலமான நா இச்சைக்காக ஒரு உயிரின் வாழ்க்கையையே அழிப்பது உங்களுக்கு பாவமாக இல்லையா?

அந்த உயிரின் அழுகுரல் உங்களின் கருணையைத் தூண்டவே இல்லையா?

சற்குருவும், மனிதன் ஓரறிவு ஜீவராசிகளான தாவரங்களை உண்டு வாழ்தலே சிறப்பு, அதுவே உலகை சமநிலையாக்கும் என்று சொல்கிறார்.

எந்த ஒரு உணவும் நாக்கு வரை தான் சுவை தரும், அதன் பின் துர்நாற்றமாகி விடும்.

சரியான பசியின் போது நான்கு வாழைப்பழத்தை எடுத்து உண்டாலே பசி அடங்கிப் போகிறது.

அதன் பின் உலகிலேயே சுவையான உணவைக் கொண்டு வந்தாலும் வயிறு வேண்டாம் என்கிறது.

'தன் சதை பெருக்கத்திற்காக பிற உயிரின் சதையை உண்பவனிடம் அணுவளவேனும் கருணை இருக்காது'

என்று வள்ளுவர் கூறுகிறார்.

வள்ளுவர் கருத்துக்களைச் சொல்லி வாழ்க்கை தத்துவம் சொல்லும் பலர் அதிகாரம் 26 புலால் மறுத்தலை போதித்திருக்கமாட்டார்கள்.

அனைவரும் படிக்க வேண்டிய அதிகாரமது.

பலரின் வாழ்வை மாற்றிய அதிகாரமது.

எத்தனையோ பல எழுத்தாளர்கள் அவர்கள் எழுதும் கருத்துகளில் 'இதை எழுதும் போது இப்படிப் பட்ட உணர்ச்சி தோன்றியது, கைகள் நடுங்கியது' என்றெல்லாம் சொல்வார்கள்.

உண்மையிலேயே இக்கட்டுரையை எழுதும் போது சோகத்திலே மூழ்கியிருந்தேன்.

மூளையிலிருந்து விரலுக்கு வரும் எழுத்துகள் இன்று இதயத்திலிருந்து வந்ததாகவே நினைக்கிறேன்.

இதுவரை இக்கட்டுரை சொன்ன கருத்துக்களைப் புரிந்து கொண்ட ஒருவரேனும் புலாலை விட்டீர்களானால், என் பிறவிப் பலனை அடைந்ததாகவே கருதுவேன்.

ஜீவகாருண்யம் என்பது மோட்ச வீட்டின் திறவுகோல் என்கிறார் வள்ளலார் அவர்கள்.

ஞானப்பாதையின் படிகட்டும் இதுதான்.

'இரக்கமென்பதை அறியாதார் அரக்கர்' என்கிறார் கம்பர்.

மனிதன் இயற்கையாகவே விலங்கு குணம் படைத்தவன்.

ஒழுக்கத்தினாலும், இரக்கத்தினாலும் உயர்ந்தவனை தேவர்களாகவும், ஒழுக்கமும் இரக்கமும் இல்லாதவனை அரக்கர்களாகவும் புராணங்கள் சித்தரிக்கிறது.

ஒழுக்கமில்லாத தேவர்களையும் இரக்கமுள்ள அரக்கர்களையும் சில சமயம் கதைகளில் காணமுடிகிறது.

விலங்கு குணம் படைத்த மனிதனும் நிச்சயம் கருணை உள்ளம் கொண்டவனாக முடியும்.

கண்ணதாசன் சொல்கிறார்

"ஆசை கோபம் களவு கொண்டவன்
பேச தெரிந்த மிருகம்
அன்பு நன்றி கருணைக் கொண்டவன்
மனித வடிவில் தெய்வம்"

புலாலை விட்டேன் என்றால், உடல் மெலிந்து விடுமே, மார் கட்டிவிடுமே, கண்களில் குழி விழுகுமே, தேக பலம் இறங்குமே, சத்து குறைந்து நோய் கூட வருமே என்று கேட்கிறீர்களா...

பாஞ்சாலி உன்னிடத்தில்
சேலைக் கேட்டாள்
அந்த பார்த்தனவன் உன்னிடத்தில்

கீதைக் கேட்டான்
நானிருக்கும் நிலையில் உன்னை
என்ன கேட்பேன்
இன்னும்
நன்மை செய்து துன்பம் வாங்கும்
உள்ளம் கேட்பேன்
"நன்மை செய்து, துன்பம் வாங்கும்,
உள்ளம் கேட்பேன்"

8

உன்னுள் ஒருவன்

வளமான நாட்டினை ஆண்டு வந்த மன்னனொருவன், பிரஜைகளின் மனநிலையை அறிய ஒரு போட்டி வைக்கிறான்.

மூன்று வேளை உணவிற்கு அல்லல் படும் ஒரு பிச்சைக்காரனும் சிறியதொரு பரிசாவது கிடைத்தால் போதுமென்று அப்போட்டியில் பங்கெடுக்கிறான்.

அரசனும் போட்டியின் விதிமுறையை அறிவிக்கத் தொடங்கினார்.

"இது ஓர் ஓட்டப்பந்தய போட்டிப் போலத் தான், கண்ணுக்கெட்டி தூரம் வரை முடிவில்லாத காணி நிலத்தில் போட்டியாளர்கள் ஓட வேண்டும், எவனொருவன் அதிக தூரம் ஓடுகிறானோ, ஓடிய வரையில் உள்ள நிலம் அவனுக்கே சொந்தம்"

இதைக் கேட்டப் பிரஜைகள் ஆர்ப்பரித்தனர். பலரும் போட்டியில் கலந்து கொள்ள முன் வந்தார்கள். பிச்சைக் காரனும் ஓடுவதற்கு தயாரானான்.

மீண்டும் மன்னன் எழுந்து, 'எவன் இடையிலே நிற்கிறானோ அவனுக்கு ஒன்றும் கிடையாது, கடைசி வரை ஓடுபவனுக்கே பரிசு' என்றார்.

நாம் நிச்சயமாக வென்றிடுவோம் என்ற எண்ணத்திலே பலர் போட்டிக்குத் தயாரானார்கள். சிலர் குடும்பத்தோடு போட்டியில் பங்கெடுத்தனர்.

புருஷன் நின்றாலும் பையன் நிற்க மாட்டான் என்ற நம்பிக்கையில் தாய்மார்கள் உற்சாகமூட்டினர்.

போட்டித் துவங்கியது, அனைவரும் ஓடத் துவங்கினர்.

அனைவரது கால்களையும் வெற்றிக் கற்பனை நகர்த்திச் சென்றது.

நீண்ட நேரத்திற்கு பிறகு நிற்காமல் மூச்சிரைத்த படியே திரும்பி பார்த்த பிச்சைக்காரனுக்கு அதிர்ச்சி.

மன்னனும் அவன் பரிவாரங்களும் கண்ணுக்கே புலப்படவில்லை.

அவ்வளவு தூரம் ஓடியும், யாருக்கும் நிற்க மனமில்லை.

போக போக ஒருவர் பின் ஒருவராக உஸ் உஸ் என்ற சத்தத்தோடே விழத் தொடங்கினர்.

அவர்களை கவனிக்காதபடியே நகர்ந்த கூட்டமும் கொஞ்ச தூரம் ஓடி மயக்கத்தால் விழுந்தது.

இறுதியாக ஓட்டப் பாதையில் இரண்டே பேர் தான் எஞ்சினர்.

முதலில் ஓடுபவன் ஓர் இளைஞன். இரண்டாவதாக வருபவன் அந்த பிச்சைக் காரன்.

திடீரென்று முதலில் வந்தவனும் நெஞ்சைப் பிடித்துக் கொண்டு விழுகிறான்.

பிச்சைக்காரனுக்கோ தான் வென்றதை நினைத்து அளவு கடந்த மகிழ்ச்சி.

இருந்தாலும் அவனும் தன் ஓட்டத்தை நிறுத்தவில்லை. இப்போது நின்றாலும் இதுவரை கடந்த அதீத நிலமும் தனக்கு தான் என தெரிந்தும், ‘இன்னும் கொஞ்சம், இன்னும் கொஞ்சம்’ என்றே மூச்சிரைக்க நகர்கிறான்.

பாவம் அவனும் விழுகிறான்.

பின் மன்னனும் அவன் பரிவாரங்களும் கூடவே அரண்மனை வைத்தியரும் வருகிறார்கள்.

வழியில் இருந்த ஒவ்வொரு போட்டியாளரையும் பார்த்த வைத்தியர் ‘இவன் செத்தான், இவனும் செத்தான்’ என்ற படியே வாய்க் கணக்கு போட்டு நகர்கிறார்.

கடைசியாக பிச்சைக்காரனையும் பரிசோதித்த வைத்தியர் அனைவருமே மாரடைப்பால் இறந்த செய்தியை மன்னரிடம் சொல்கிறார்.

இத்துயர செய்தியை கேட்ட மன்னர், போட்டியில் பங்கு பெற்ற அனைவருக்குமே அவர்கள் விழுந்துகிடந்த அதே ஆறடி நிலத்தை ஆறுதல் பரிசாகக் கொடுத்து பரிவாரங்களுடன் ஊர்த் திரும்பினான்.

ஆசை யாரையும் விட்டுவைப்பதில்லை என்பதற்கு இக்கதை ஓர் உதாரணம்.

'சிறிய பரிசாவது கிடைத்தால் போதும்' என்ற மனநிலையில் இருந்தவனை 'இன்னும் கொஞ்சம்' என்று எண்ணவைத்தது அவனுள்ளே இருக்கும் இன்னொருவன்.

மனதை அடக்கத் தொடங்கிய பலர் அந்த இன்னொருவனை சந்தித்திருப்பார்கள்.

வேண்டுவதையெல்லாம் கனவிலும் நிஜத்திலும் வழங்கும் நண்பன் போன்ற அவன் ஞான மார்கத்தில் புகுந்த கணமே விரோதியாகிவிடுவான்.

பாரதியார் ஞானரதத்தில் சொல்லி இருப்பார், 'இந்த ஞானிகளெல்லாம் கொலைகாரர்கள், மனதைக் கொன்றல்லவா இத்தகைய மேன்மையை அடைந்துள்ளனர். ஆனால் நான் அப்படிப்பட்ட கொலைப் பாவத்தை செய்ய போவதில்லை'

நாமும் அந்த இன்னொருவனை கொல்ல வேண்டியதில்லை.

அறிவு ஞானத்தைக் காட்டிலும் அனுபவ ஞானம் சிறந்தது.

ஜீவகாருண்ய கட்டுரையைப் படித்த ஒருவர், தவ வாழ்க்கையை சொல்லும் வள்ளுவர் தான் காம வாழ்க்கையையும் சொல்கிறார். அவரது கருத்து முரணாகத் தான் இருக்கும் என்றார்.

குறளில் எவ்வித முரணும் இல்லை, அதிகார அமைப்பில் தான் முரண்.

இன்பம் - பொருள் - அறம் என்று அமைந்திருந்தால் இவ்வித கேள்வி வந்திருக்காது.

அல்லது இக்கால மக்களுக்கு இப்படி சொன்னால் தான் புரியும் என்றே எண்ணுகிறேன்.

இன்ப வாழ்வை முழுமையாக அனுபவிக்காத எவனும் ஞான வாழ்வைத் தொடர முடியாது.

அறிவின் மூலம் ஆசையை விட்ட சிலருக்கு உடலும் மனமும் ஒன்றாது. உடல் வேண்டிய ஆசையை மனம் வேண்டாமென்றும், மனம் வேண்டிய ஆசையை உடல் வேண்டாமென்றும் எதிர்க்கத் தொடங்கும்.

விவேகானந்தர் போன்ற விதிவிலக்கும் இதில் உண்டு.

அவர்களுக்கெல்லாம் இயற்கையாகவே ஞான ஒளி கிடைத்திருப்பது அதிசயமே.

ஒன்றை கவனிக்க வேண்டும், விவேகானந்தரின் குரு பரமஹம்ச-ருக்கு மனைவி உண்டு மக்கள் இல்லை.

உலக சுகங்களையெல்லாம் அனுபவித்த பட்டினத்தார், தன் மகனாலே ஞானம் பெற்றதாய் கதையுண்டு.

வெளி வாழ்க்கையை அறியாது குடும்ப வாழ்விலே மூழ்கிருந்த கௌதம புத்தர் இறப்பை அறிந்த பின்னரே ஞானம் பெற்றாராம்.

சித்தர்களில் முதன்மையான அகஸ்தியருக்கு மனைவியுண்டு.

ஞான வடிவான ஈசனுக்கு சக்தி என்ற மனையாளையும் குழந்தை-களையும் சித்தரிக்கிறது கதைகள்.

எல்லா விதமான ஞானக் கதைகளும் காமத்திலே தொடங்கும். உதா-ரணமாக ஜெயதேவரின் கீதகோவிந்தம் காமத்தின் மூலம் ஞானத்தைக் கொடுக்கும் நூலாகும்.

புத்தர் ஒருமுறைத் தன் சீடர்களுக்கு அழகிகளின் நடனக் கூத்தை ஏற்பாடு செய்திருந்தார்.

சாதாரண நடனமாக இருந்தால் பரவாஇல்லை.

அது ஒரு நிர்வாண நடனம்.

இதைக் கண்ட சீடர்கள் அதிர்ச்சியடைந்தனர்.

ஆடல் துவங்கியது.

கொஞ்ச நேரத்திலே சீடர்கள் பலருக்கு முகம் வியர்க்கத் துவங்கியது.

ஓரிடத்தில் உட்கார முடியாத அவர்கள், உட்கார்ந்த படியே அங்கு-மிங்கும் நகர்ந்தனர்.

சிலர் கைகளால் முகத்தை மூடிக் கொண்டு விரல் இடை வழியே நடனத்தை ரசித்தனர்.

சட்டென புத்தர் எழுந்தார். சீடர்களை நோட்டமிட்டார். இரண்டு பேரைத் தவிர மீதி அனைவரையும் 'வீட்டிற்கு சென்று எப்போதும் போல குடும்பத்தோடு சந்தோஷமாக வாழுங்கள்' என்று சொல்லி அனுப்பிவிட்-டார்.

அந்த இரண்டு பேர் முகத்திலும் எவ்வித மாற்றத்தையும் புத்தரால் கண்டுபிடிக்க முடியவில்லை.

அவர்களை பொருத்தவரையில் முன்னே இருப்பது சாதாரண பெண் ஜடங்கள் அவ்வளவு தான்.

புத்தர் மீதி உள்ளவர்களை ஞான மார்கத்திற்கு தகுதி இல்லாதவர்-கள் என்று எண்ணவில்லை, லௌகீக வாழ்வின் ஆழம் அறியாதவர்கள்

என்றே எண்ணினார்.

அனுபவிக்காதவனின் ஆட்டம் அனுபவத்தால் அடங்கிவிடுகிறது.

அன்று என் வேதியியல் ஆசிரியர் சொன்னது நினைவுக்கு வருகிறது,

'ஆணுக்கும் பெண்ணுக்கும் பெரிய வித்தியாசமில்லை, ஆண் பேன்ட் சட்டை போட்டிருப்பான், பெண் பாவடை தாவனி போட்டிருப்பாள்'

'உலக வாழ்க்கையை தெரிந்து கொண்ட எனக்கு இப்போது ஆண் பெண் தெரியவில்லை தோலும் எலும்புந்தான் தெரிகிறது' என்கிறார் பட்டினத்தார்.

இதை வெற்றென கேட்பதற்கும் அனுபவத்தால் உணர்வதற்கும் வித்தியாசம் உண்டு.

என் ஆசிரியரும் பட்டினத்தாரும் சொன்ன கருத்துக்கள் அனுபவத்தால் வந்ததே தவிர அறிவால் அல்ல.

அதனால் தவ வாழ்வில் இருக்கும் ஒருவர் இன்ப வாழ்வை எடுத்துரைப்பது எவ்வித முரணும் ஆகாது. திருவள்ளுவரின் கருத்துகள் சரியே, இக்கால மக்களின் பார்வையே தவறு.

தவ வாழ்வை மேற்கொள்ளும் முனிவர்கள் மட்டுந்தான் சிற்றின்ப வாழ்வின் சிக்கல்களை எடுத்துரைக்க சரியான ஆளாய் இருப்பார்கள்.

அதனால் தான் 'நதி மூலம் ரிஷி மூலம் காணாதே' என்பார்கள். அவர்கள் பலவாறான ஆசைகளில் சீரழிந்திருப்பார்கள். நான் எப்படி சீரழிந்தேன் என்பதை நாசுக்காக சொல்வதே அவர்களது ஞானத் தத்துவங்களெல்லாம்.

போகத்தில் வீழ்ந்தவன் ரோகத்தின் மூலமாக யோகத்தை அடைகிறான்.

நெருப்பு சுடுமென்று குழந்தைக்குச் சொன்னால் புரிந்து கொள்ளாது. தொட்டு தெரிந்து கொண்டால் மீண்டும் தொடாது.

அது போலவே மனிதனும் ஆசைகளில் வீழ்ந்த பின்னே அறிவைப் பெறுகிறான்.

மனதை புரிந்து கொண்டவன் திமிராக இருப்பது பிடிவாதமாகாது.

ஆசையால் வரும் பிடிவாதத்தின் பெயரே திமிர்.

எவ்வித ஆசையுமின்றி, எவ்வித பிரதி பலனும் எதிர்பாராது ஒரு செயலில் நிலைத்திருப்பதன் பெயரே வைராக்கியம்.

வைராக்கியத்தோடு ஆசையை அடக்கும் போது அந்த இரண்டாமவன் நம் நிம்மதியை குலைக்க தயாராவான்.

ஒன்றாக இருந்த உடலையும் மனதையும் வேறுபடுத்த தொடங்குவான்.

இதற்கொரு மகாபாரத கதையுண்டு.

ஒரு முனிவரும் அவரது மனைவியும் மான் வடிவங்கொண்டு காட்டினுள் கூடிக் கொண்டிருந்தனர்

அப்போது அங்கு வேட்டையாட வந்த பாண்டு மன்னர், கூடும் மான்களை தன் கணையால் அடிக்கிறார்.

அடிபட்ட மான் சட்டென முனிவராக மாறியது. பாண்டுவிற்கு பயங்கரமான அதிர்ச்சி.

அவன் நினைத்தபடியே முனிவர் அவனுக்கொரு சாபமிடுகிறார்.

'நீ எப்போது உன் மனைவியோடு கூடுகிறாயோ அப்போதே அதே நிலையிலே மாண்டு போவாய்' என்று

இதை கேட்டு பயந்த பாண்டு பிரம்மச்சரியம் கொள்கிறான். வனத்திற்கு சென்று தன் ஆயுளை கழிக்கத் தொடங்குகிறான்.

பாண்டு மனைவி குந்தியும் மந்திரங்கள் மூலம் மக்களைப் பெறுகிறாள்.

ஏதோ ஒரு வேளையில் தன் இரண்டாவது மனைவி மாத்ரியுடன் சேர்கிறான். அந்த நிலையிலே சாகிறான்.

இறந்துவிடுவோம் என அறிந்திருந்தும் இப்படி அவன் நடந்து கொண்டதற்கு காரணம் வைராக்கியமில்லாத கட்டுப்பாடே.

ஆசை பாவத்திற்கு அழைத்துச் செல்லும் எனும் எண்ணம் தோன்றும் போதே உடலில் இரண்டுவிதமான உணர்வுகள் தோன்றி ஒன்று வேண்டாமென்றும் இன்னொன்று வேண்டுமென்றும் கூறும்.

இரண்டாமவனின் தாக்கம் அதிகமாக அதிகமாக இது போன்ற மோசம் நடந்துவிடும்.

இந்த கதை உடலின் அனைத்து ஆசைக்குமே பொருந்தும்.

ஆசைக் கொள்வதில் தவறில்லை, இன்னொருவனுக்கு தீங்கு செய்யாத எந்தவொரு ஆசையும் பாவமாகாது.

இன்னொருவனுக்கு தீங்கிழைக்காத ஆசையினால் உயிரென்னும் ஜோதி அணையாது, உடலென்னும் விளக்கு ஒடிந்துவிடும்.

உன்னுள்ளே இருப்பவனின் ஆசையை அறிவால் அடக்கிப் பாருங்கள், அடங்கவில்லையா?

அனுபவம் அவனை அழ வைத்துப் பார்க்கும்.

ஆடி அடங்கும் வாழ்க்கையல்லவா இது.

9

கடன்

கடன் எனும் வார்த்தையே பணத்தை மட்டும் குறிப்பதல்ல, கடமை என்பதையும் குறிக்கிறது.

நகுல சகாதேவனின் மாமனான சல்லியன் குருக்ஷேத்திரத்தில் போர்த் தொடங்குவதற்கு முன் பாண்டவர்களின் உதவிக்காக ஒன்பது மைல் தூரம் நீண்டிருக்கும் தன்னுடைய மாபெரும் படையினை அழைத்து வருகிறான்.

கடல் போன்ற சைனியத்தை சல்லியன் அழைத்து வருகிறான் எனும் செய்தியை தெரிந்து கொண்ட உடனே 'அவர்களுக்கு பலத்த வரவேற்பு கொடுங்கள், ஓய்வு தணிக்க மண்டபம் அமையுங்கள், எவ்வித குறைவும் இன்றி உணவையும் நீரையும் அவர்களுக்கு வழங்குங்கள்' என துரியோதனன் உத்தரவிடுகிறான்.

கண்ணனுக்கு ஒப்பான அந்த மகாரதன் சல்லியனோ தான் யாரால் கௌரவிக்கப் படுகிறோம் என்பதை அறியாமல் சகல மரியாதைகளையும் ஏற்கிறான்.

ஒருமுறை அந்த சேவகர்களை அழைத்து 'இந்த ஏற்பாட்டை செய்தவரை அழைத்து வாருங்கள் அவர் என்ன கேட்டாலும் தருவேன்' என்று வாக்கும் கொடுத்து விடுகிறான்.

இப்படியெல்லாம் நடக்கும் என்பதை முன்கூட்டியே அறிந்த துரியோதனன் சல்லியனிடம் வந்து, 'நீயும் உன் பதினாராயிர வீரர்களும் குதிரைகளும் யானைகளும் ரதங்களும் எங்களோடு இணைந்து பாண்டவர்களை எதிர்க்க வேண்டும்' என்று தனது வரத்தைக் கேட்கிறான்.

இத்தனை நாள் துரியோதன சேவகர்கள் செய்த சேவைகளை நன்கு அனுபவித்த சல்லியனோ தான் இவர்களுக்கு கடன் பட்டிருப்பதை உணர்ந்து வேறு வழியின்றி துரியோதனின் வேண்டுகோளுக்கு சம்மதமளிக்கிறான்.

பாண்டவர்களின் உவிக்காக வந்தவன் கௌரவர்களோடு இணைந்து பாண்டர்களையே எதிர்க்கிறான்.

காரணம், கடன்.

மகாபாரத கதைக்களமே ஒருவன் இன்னொருவனுக்கு கடன் படுவதாலே நகரும்.

எள்ளைக் கொட்டினால் பொறுக்கி விடலாம், சொல்லைக் கொட்டினால் பொறுக்க முடியுமா? என்பார்கள்.

சாந்தனு மகாராஜா 'நீ என்ன செய்தாலும் பொறுத்துக்கொள்வேன்' என்று கங்கையிடம் வாக்கு கொடுக்கிறார்.

பீஷ்மர் நான் அரச பதவிக்கு ஆசைப்பட மாட்டேன், திருமணஞ் செய்து கொள்ள மாட்டேன் என்று மீனவ தலைவனுக்கு வாக்கு கொடுக்கிறார்.

துரியோதனன் கர்ணனுக்கு அங்க தேசத்தை கொடுத்த கணமே 'என்னுயிர் இருக்கும் வரை உன்னுயிரைக் காப்பேன்' என்று வாக்கு கொடுக்கிறார்.

பாஞ்சால தேசத்திலிருந்து என்ன பரிசு கிடைத்தாலும் அது எங்கள் ஐவருக்கும் சொந்தமென அன்னைக் குந்தியிடம் பாண்டவர்கள் வாக்களிக்கிறார்கள்.

போரில் ஆயுதம் ஏந்த மாட்டேன் எனப் பார்த்தனுக்கு பரந்தாமன் வாக்களிக்கிறார்.

எந்த சூழ்நிலையிலும் கௌரவர் பக்கமே இருப்பேன் என்று திருதராஷ்டிரனுக்கு துரோணர் வாக்கு கொடுக்கிறார்.

கௌரவர்கள் என்ன செய்தாலும் பொறுத்துக் கொள்வோம் என வியாசரிடம் தருமன் வாக்கு கொடுக்கிறார்.

உன் மானத்தைக் கெடுத்த துச்சாதனனின் கைகளை பிய்த்தெரிவேன் என பீமன் திரௌபதிக்கு வாக்கு கொடுக்கிறான்.

அர்ஜுனனைத் தவிர வேறு எந்த தம்பியையும் கொல்ல மாட்டேன் என்று கர்ணன் குந்திக்கு வாக்கு கொடுக்கிறான்.

யோசிக்காமல் சிந்திய சொல் அனைத்துமே இங்கு அழிவுக்கு அழைத்துச் சென்றது.

வழியறியமுடியாத அடர்ந்தக் காட்டில் மாட்டிக் கொண்ட அரிச்சந்திரன், ‘இந்தக் காட்டிலிருந்து என்னை வெளியே அழைத்துச் சென்றால், நீ கேட்பதை தருவேன்’ என்று வழிப்போக்கன் ஒருவனுக்கு வாக்கு கொடுக்கிறான்.

வெளியே அழைத்துப்போன அவனோ நாட்டையே கேட்கிறான்.

நாட்டை இழந்த அரிச்சந்திரன் விசுவாமித்திரரிடம் கொண்ட கடனினால் மனைவியை விற்கிறான் மகனை விற்கிறான் இறுதியில் தன்னையே விற்று அக்கடனை அடைக்கிறான்.

உண்மை மட்டுமல்ல, கடனும் எவ்வளவு கஷ்டம் தரும் என்பதை அரிச்சந்திர கதை வாயிலாக அறிந்து கொள்ள முடியும்.

உதவிக்கு உதவி என்பதே பண்பாடு.

‘செய்யாமல் செய்த உதவி’ அனைத்தைக் காட்டிலும் மேன்மையானது.

ஜப்பானிய சிறுவர்களுக்கு சொல்லப்படும் கதைகள் பெரும்பாலும் ‘உதவிக்கு பதிலுதவி’ எனும் தத்துவத்தையே உணர்த்துகிறது.

வேடனொருவனால் காயப்பட்ட அன்னப் பறவைக்கு ஒருவன் உதவி செய்கிறான்.

அந்த அன்னப் பறவை தன் மாய சக்தியால் பெண் உருவங்கொண்டு அவனது வீட்டிற்கு வந்து ஒரு நாள் இரவு மட்டும் அடைக்கலங் கேட்கிறது.

அவனும் அவளுக்கொரு அறையைக் கொடுக்கிறான். அறைக்குள் சென்ற அந்த பெண் அங்கிருந்த தறியையும் நூலையும் கொண்டு குளிரைத் தாங்கும் நேர்த்தியான உடை ஒன்றை நெய்கிறாள்.

சத்தம் பொறுக்காத அவன் திடீரென்று அக்கதவை திறந்து பார்க்கிறான். ஆடை நெய்து கொண்டிருந்த அப்பெண் சட்டென்று அன்னமாய் மாறி ‘வரவிருக்கும் குளிர்காலத்திற்கு உதவுமென உனக்கு இதை நெய்தேன்’ என கூறி பறந்து செல்கிறது.

‘உதவி செய்தால் உதவி பெறுவாய்’ என்பதை உணர்த்துகிறது இந்த ஜப்பானிய குறுங்கதை.

‘மொமொடாரு’ ‘உராஷிமாடாரு’ போன்ற கதைகளும் உதவியின் மகிமையை உணர்த்தும் ஜப்பானிய கதைகளே.

உதவி வேறு கடன் வேறு இல்லை. உதவி, கடன் இரண்டுமே திருப்பி செலுத்த வேண்டியவைகளே.

கடனை கட்டாயம் திருப்பி செலுத்த வேண்டும், உதவியை திருப்பி செலுத்த வேண்டுமென்று பலர் நினைப்பதில்லை.

அவசரமாக ஓர் இடத்திற்கு நீங்கள் செல்ல வேண்டும். ஆட்டோ-வையோ டாக்ஸியையோ தேடுகிறீர்கள்; கிடைக்கவில்லை.

யாரோ முகமறியாத ஒருவரிடம் 'லிப்ட்' கேட்கிறீர்கள். அவரும் உங்-களை தன் வாகனத்தில் ஏற்றிக் கொண்டு நீங்கள் நிறுத்த சொல்லும் இடத்தில் இறக்கிவிடுகிறார்.

இப்போது அவரிடம் நீங்கள் கடன் பட்டுள்ளீர்கள். அவர் செய்த உதவிக்கு பதிலுதவி நீங்கள் செய்ய வேண்டும்.

ஆனால் அத்தகைய அவசரமான நேரத்தில் உங்களால் அவருக்கு உதவி செய்ய முடியாதல்லவா?

ஆட்டோவில் வந்திருந்தால் நூறு ரூபாய் ஆகியிருக்குமென்றால், உங்களை அழைத்து வந்தவருக்கு ஐம்பது ரூபாய் தருவதில் தவறில்-லையே.

உதவிக்கு உதவி செய்ய வேண்டியது உங்களுடைய கடமை, அதை அவர் வேண்டாமென மறுத்தால், அது அவருடைய மேன்மை.

எந்த வகையிலும் உதவி செய்ய முடியாத போது 'நன்றி' எனும் வார்த்தையே போதுமானது.

சூரியன் நமக்கு எவ்வளவோ உதவி செய்கிறார். நம்மால் அவருக்கு பதிலுதவி செய்ய முடியவில்லை. பொங்கல் என்னும் பண்டிகை ஒன்றை உருவாக்கி நன்றி சொல்கிறோம்.

என் நண்பர் ஒருவர் ஏழு நாளுக்குள் தந்து விடுவதாய் சொல்லி 'குறிப்பிட்ட ஒரு தொகை' என்னிடம் வாங்கிச் சென்றார்.

ஏழு நாள் கடந்தது, பத்து நாள் கடந்தது, இருபது நாள் கடந்தது, அவரைக் காணவில்லை.

முப்பதாவது நாள் நெருங்குகையில் நானே அவரை எதிர்பாரத வித-மாய் சந்தித்தேன்.

'ஏழு நாளுக்குள் தருவதாக சொன்னீர்களே என்ன மறந்துவிட்டீர்-களா?' என்றேன்.

அதற்கு அவர், 'உங்கள் வீட்டுப் பக்கம் வருவதற்கு எனக்கு எந்த வேலையும் இல்லை, அதான் தாமதம்' என்றார்.

எவ்வித பலனுமின்றி ஒருவர் செய்யும் உதவிக்கு பதிலுதவி செய்வதே நம் முதற்க் கடமையாக இருக்க வேண்டும், கடமையை செய்ய சந்தர்பங்கள் தேடக் கூடாது.

இந்த அவசரமான உலகத்தில் கடன் வாங்குவதில் தவறில்லை, அதை அவர் கேட்பதற்கு முன்பாகவே அடைத்துவிட வேண்டும்.

கேட்டுப் பெறுவது கொடுத்தவருக்கு சங்கடம்,

கேட்ட பின்னே கொடுப்பது வாங்கியவருக்கு சங்கடம்.

கடன் வாங்கும் போதே நம் சக்திக்கு இது தகுமா என்பதை சிந்திக்க வேண்டும். இத்தனை நாளுக்குள் அடைப்பேன் எனக் வாக்கு கொடுத்துவிட்டால் அதை தவறிவிடக் கூடாது.

வாங்கிய கடனையோ உதவியையோ மறப்பது உங்களின் மரியாதையை குலைத்துவிடும்.

அப்படி தவறவிடும் பட்சத்தில் கொடுத்தவர் கேட்பதற்கு முன்பாக 'நாளைத் தருகிறேன்' எனும் உங்களது வார்த்தை, இன்னும் இவன் நம்மிடம் கடன்பட்டிருப்பதை மறக்கவில்லை எனும் எண்ணத்தை அவருக்கு உண்டு செய்யும்.

அதனால் பெற்ற உதவியையோ வாங்கிய கடனையோ என்றைக்குமே மறக்காதீர்கள்.

ஞானத்தைத் தேடி போகும் நாம் ஏன் கடனைப் பற்றியெல்லாம் தெரிந்து கொள்ளவேண்டுமென நீங்கள் நினைக்கக் கூடும்.

ஒரு துறவிக்கு புறத்தூய்மை அவசியமாகும், அது அவனுக்கு அகத்தூய்மையை அளிக்க வல்லது.

இல்லறத்தில் இருந்து கொண்டே துறவு மேற்கொள்ளும் லௌகீக ஞானிக்கோ அகத்தூய்மை அவசியமாகும்.

பொய், பொறாமை, கடன் போன்ற இன்னும் பல ஞானப் பயணத்தின் வேகத்தைக் குறைக்கும் மனபாரங்கள்.

அவைகளை கழட்டிவிட வேண்டுமே தவிர அடக்கி வைக்கக் கூடாது.

கொடுத்த வாக்கு, வாங்கிய கடன், பெற்ற உதவி அனைத்தையுமே அப்போதே தீர்த்துக் கொள்வது நல்லது.

தசரதர் கைகேயிக்கு கொடுத்த வரத்தை அந்த கணமே கேட்டு நிறைவேற்றியிருந்தால், இராமன் வனவாசம் போக நேர்ந்திருக்காது.

நித்தியக் கருமங்களில் ஒன்றான 'காலைக் கடன்' எனும் வார்த்தையே புரியவைக்கிறது.

அந்த கடனை காலையிலே செலுத்த வில்லையானால், அன்றைய நாள் முழுதுமே நிம்மதி இருக்காதென்று.

பிறந்த உடனே மனிதன் பெற்றோருக்கும் பூமிக்கும் கடன் படுகிறான்.

பெற்றோர்கள் வாழ உடல் தந்தார்கள், பூமி வாழ இடம் தந்திருக்கிறது.

பிறந்த உடனே இவர்களிடம் கடன் படும் மனிதன், வாழ்க்கை முழுதும் இவர்களுக்கு மகிழ்ச்சியையும் நன்மையையும் அளித்தே தன் கடனை தீர்க்க வேண்டும்.

வாழ்வின் இடையில் வரும் சிலர், உங்களுக்கு கொடுக்கும் உதவியெனும் கடனை,

அவர் கேட்கிறாறோ இல்லையோ, கேட்பதற்கு முன்பாகவே நீங்கள் கொடுத்துவிடுங்கள். ஏனெனில் கடன் ஞானத்தை முறிக்கும்.

10

அறிவுரையே முடிவுரை

உண்மையான மனதோடு ஒருவர் உதவ முன் வருகிறார். ஆனால் அவர் செய்த அந்த உதவி எள்ளளவு கூட நமக்கு பயன்தரவில்லை. சொல்லப்போனால் தேவையே இல்லை. ஆனால் உதவியவர் தாம் உதவிவிட்டதாக எண்ணி திருப்தியோடு செல்கிறார். இப்போது நாம் அவருக்கு நன்றிக் கடன் பட்டிருக்கிறோமா?

இது வாசகர் ஒருவரின் அற்புதமான கேள்வி. உங்களுக்கு இந்த கேள்விக்கான விரிவான விடைத் தெரிய வேண்டுமானால் கீதையிலுள்ள கர்மயோகத்தைப் படிக்கவும்.

இருந்தாலும் நான் சுருக்கமாக சொல்ல முயல்கிறேன்.

அர்ஜுனன் கிருஷ்ணனிடம் கேட்கிறார்.

கிருஷ்ணா இந்தப் போர் எதற்கென்று எனக்கு புரியவில்லை. இவ்வளவு நாள் வனாந்திரங்களில் வாழத் தெரிந்த எங்களுக்கு, எங்களின் ஆயுள் முடியும் வரை அங்கேயே வாழத் தெரியாதா என்ன?

சகோதரர்களையும் தந்தைப் போன்ற குருமார்களையும் உறவினர்களையும் கொன்று இந்த அஸ்தினாபுரியை அபகரித்தே ஆக வேண்டுமா?

ஏன் எங்களை இம்மாதிரியான பாவத் தொழிலில் ஈடுபட வைக்கிறாய். ஆசையை ஒதுக்கு என்று போதிக்கும் நீயே இப்போது மண்ணாசைக்காக எங்களைத் தூண்டுகிறாயே. உன் தத்துவங்கள் என்னைக் குழப்புகிறது. உன் சிந்தனையே தவறு. பதில் சொல்?

அர்ஜுனனின் இந்த சொற்களை படிக்கும் நமக்கு, இவர் கேட்பதில் எந்த வித தவறும் இல்லையே. இன்னொருவனுக்கு பாவஞ்செய்யக் கூடாது என்று நினைப்பது தவறா என்ன? என்றே தோன்றும்.

ஆனால் இந்த சிக்கலான கேள்விக்கு பகவானின் பதிலே 'கர்ம யோகம்'

கிருஷ்ணன் பேசத் தொடங்குவார்.

பாவமே அறியாத அர்ஜுனா பற்றில்லாமல் செய்யும் தொழில்க-ளைத் தவிர மற்ற அனைத்துத் தொழில்களுமே மனிதனுக்கு நோய் போல. அதனால் எந்த தொழிலைச் செய்தாலும் அதன் பலனை எதிர்ப்-பார்க்காமல் அனைத்துமே ஈஸ்வரக் கடமை என்று நினை.

தனக்காக மட்டுமே உணவு சமைத்து சாப்பிடுபவர்கள், அந்த உணவை உண்ணவில்லை. பாவத்தையே உண்கிறார்கள்.

வலிய வரும் கடமைகளை எவன் தவறாது செய்கிறானோ, அவனது செய்கையில் லாப நஷ்டம் இல்லை. பாவம் புண்ணியம் இல்லை.

ஆதலால் பாரதச் செல்வனே, வலிய வரும் இந்த கடமையை விட்-டுவிடாதே. மனங்கலங்காது போர் செய்.

இதன் மூலம் பாவமோ புண்ணியமோ எது விளைந்தாலும் அதை நானே மகிழ்ச்சியோடு ஏற்றுக் கொள்கிறேன்.

என்று கண்ணன் கர்ம யோகத்தை முடிப்பார்.

(மேலே கிருஷ்ணன் அர்ஜுனனுக்கு சொன்னதாக கொடுக்கப்பட்ட அனைத்தும் கீதையில் கர்மயோகத்திலிருந்து எடுக்கப்பட்ட சுருக்கமே)

தர்மம் என்பது பலன் எதிர்பார்க்காமல் செய்யும் உதவி.

கருமம் என்பது பலன் எதிர்பார்க்காமல் செய்யும் கடமை.

பாண்டவர்களுக்கு வலிய வரும் அந்தப் போரினால் எவ்வித பலனும் இல்லை.

வாசகரின் கேள்வியிலும் கூட, அவரது உதவி எனக்கு எள்ளளவும் பயன் தரவில்லை என்றிருந்தார்.

பலனை எதிர்ப்பார்க்காமல் பாண்டவர்கள் தங்களது கடமையினை செய்து முடித்தார்கள்.

கடமையை செய்து முடிக்க சந்தர்ப்பங்கள் தேடக்கூடாது என சென்ற தொடரிலே சொல்லியிருந்தேன்.

"உயர்ந்தவன் உதவிக்கு பதிலுதவி கேட்பதும் இல்லை, தாழ்ந்தவன் உதவிக்கு பதிலுதவி செய்வதும் இல்லை"

எவ்வித பலனையும் எதிர்பாராமல் உங்களின் சங்கடத்திற்கு உதவிய அவரின் உதவி, உங்களின் சங்கடத்தை போக்கவில்லை ஆனாலும் பலனைக் கேட்காத அவரின் உள்ளம் அவரை உயர்ந்தவராக்குகிறது.

உதவி செய்ய முன்வந்தவருக்கு நன்றிக் கடன் பட்டுள்ளோமா? என்னும் உங்களது சிந்தனை, கடமையைச் செய்ய சந்தர்ப்பத்தை தேடி தங்களையே தாழ்ந்தவனாக்குகிறது.

நன்றிக் கடன் பட்டுள்ளோமா? எனும் உங்களது கேள்விக்கு, உயர்குணம் படைத்த அனைவருமே 'கடன் பட்டுள்ளாய்' என்றே பதில் தருவார்கள்.

நான் மேலே குறிப்பிட்டுள்ள உயர்ந்தவன் தாழ்ந்தவன் எனும் சொற்கள், சாதியை வைத்து அறியப்படுவது அல்ல, குணத்தைக் கொண்டு அறிவது.

பிறப்பினாலே ஒருவன் உயர்ந்தவனாகவோ தாழ்ந்தவனாகவோ ஆகிவிட முடியாது.

நல்ல குணமான ஒருவனை 'நற்குடி பிறப்பு' என்பார்கள்.

பிறப்பினால் ஒருவன் உயர்ந்தவன் இல்லை எனில், ஏன் அதற்கு நற்குடி பிறப்பு எனப் பெயர் வந்தது என்ற கேள்வி வரும்.

நற் பண்பு கொண்ட தாய் தந்தையால் வளர்க்கப்பட்ட அவர்களது பிள்ளை நிச்சயம் நல்லப் பண்புகளை கொண்டிருப்பார்கள் என்பது நம்பிக்கை.

ஆனால் அன்றைய இந்த நம்பிக்கை இன்றைய காலத்திற்கு பொருந்தாது.

தந்தையின் மதுப் பழக்கத்தினால் தாலி இழந்த தன் தாயைக் கண்டு 'வாழ்நாள் முழுதும் மது பக்கமே செல்ல மாட்டேன்' என சபதம் எடுத்த பையன் இருக்கிறான்.

கழுத்து நிறைய ருட்த்ராட்சமும் நெற்றி நிறைய பட்டையும் போட்டுக்கொண்டு கோவில் குளமென திரியும் எவ்வித கெட்டப் பழக்கமும் இல்லாத தந்தைக்கு, வீட்டையே மறக்கும் அளவிற்கு சாராயம் குடிக்கும் பையனும் இருக்கிறான்.

அதனால் 'நற்குடி பிறப்பு' என்பது இக்காலத்தில் இல்லாத ஒன்று.

பிறப்பாலும், சாதிப் பெயராலும், செய்யும் தொழிலாலும் தான் உயர்ந்தோர் என எண்ணும் அனைவருமே இழிந்தோரே.

இதற்கு சுவாமி கிருபானந்தவாரியார் அவர்கள் ஒரு கதை சொல்வார்.

ஒரு யானை நன்றாக குளித்து விட்டு விபூதி பூசிக் கொண்டு ஆற்றின் மறுகரைக்கு செல்ல பாலத்தின் அருகே வந்து நிற்குமாம். அப்போது அந்த பாலத்தின் எதிர் முனையில் சேற்றையும் மலத்தையும் பூசியபடி அருவருக்க முடியாத கோலத்தில் ஒரு பன்றி வந்து கொண்டிருக்குமாம். பன்றியைக் கண்ட யானை 'சரி அதுவே முதலில் போகட்டும்' என்று ஓரமாக ஒதுங்கி விடுமாம். ஆனால் பன்றியோ 'நம்மைக் கண்டு யானையே பயந்து ஒதுங்கி விட்டது' என்று எண்ணுமாம்.

தாழ்ந்தோர்கள் இந்த பன்றியைப் போல தன்னைத் தானே உயர்வாக நினைத்துக் கொள்வார்கள்.

யானை நினைத்திருந்தால் அந்தப் பன்றியை ஒரே மிதியில் கொன்றிருக்க முடியும்.

ஆனால் உயர்ந்தோர் குணம் அந்த யானையைப் போல் என்றும் அமைதியையே விரும்புகிறது.

எவனொருவன் 'நான் தான், நான் தான், என்னுடைய இந்த திறமைக்கு முழு காரணமும் நான் தான்' என்று தற்பெருமை அடித்துக் கொள்கிறானோ, அவன் எப்பேர்ப்பட்ட திறமைசாலியாக இருந்தாலும் நிலைத்தப் புகழை அடைவதில்லை.

கிருஷ்ணனிடம் அர்ஜுனனும் துரியோதனனும் உதவிக் கேட்டு வந்தார்கள். அப்போது கிருஷ்ணன் உறங்கிக் கொண்டிருந்தார். துரியோதனன் கிருஷ்ணனின் தலை அருகே போய் நின்றான். அர்ஜுனன் கிருஷ்ணனின் காலுக்கருகே போய் அமர்ந்தான்.

கிருஷ்ணன் தூக்கத்திலிருந்து எழுந்தார் எதிரே இருந்த அர்ஜுனனை முதலில் கண்டார்.

தலைக்கு மேல் சென்ற ஆணவம் தோற்றது. கால்களிடம் சரண் புகுந்த அடக்கம் வென்றது.

ஆணவம் அழிவுக்கு அழைப்பு தரும் என்பதற்கு கதைகள் இன்னும் ஏராளம் உண்டு.

ஒரு மனிதன் தன் வாழ்க்கை முழுதும் அமைதியாக வாழ இரண்டு விஷயங்கள் போதுமானது என்றே நான் எண்ணுகிறேன்.

அவை, அறனும் அன்பும் ஆகும்.

வள்ளுவர் பல்வேறுபட்ட அறப்பொருளைக் கூறி இருந்தாலும், இன்னொருவனுக்கு துரோகம் செய்யாத நேர்மையான உள்ளம் அறவாழ்வையும் அமைதியாக அனுபவிக்கிறது.

எனக்கொருவரைத் தெரியும் அவர் ஒருமுறை மன்னார்க் குடிக்கு சென்றிருந்த போது ஐந்து ரூபாய்க்கு ஒரு பொருளை வாங்கி விட்டு பத்து ரூபாய் கொடுத்திருக்கிறார். கடைகாரரர் அவரோடு சிரித்துப் பேசிக் கொண்டே மீதி ஐந்து ரூபாயைக் கொடுத்துவிட்டார்.

வீட்டிற்கு வந்து எடுத்துப் போன பணத்தை எண்ணிப் பார்த்த அவருக்கு அதிர்ச்சி.

அந்த ஐந்து ரூபாய் நோட்டு பாதி மட்டுந்தான் இருந்தது. மீதி இல்லை.

கடைக்காரர் பேசிக் கொண்டே மடித்துக் கொடுக்கும் போது, பேச்சைக் கவனித்த இவரோ பணத்தை கவனிக்க விட்டுவிட்டார்.

அந்த ‘பாதி இல்லாத ஐந்து ரூபாய் நோட்டை’ செலவழிக்க, எத்தனையோ கூட்டமான கடைகள் இவருக்கு வாய்ப்பை ஏற்படுத்தி தந்தாலும்.

அதைக் கொண்டு யாரையும் ஏமாற்றாமல் அந்த நோட்டை பத்திரப்படுத்தி வைத்திருந்தார்.

ஏழு வருடங்கள் கடந்து விட்டது. இன்னும் அந்த நோட்டை அவர் பத்திரமாக வைத்திருந்தார்.

‘தூக்கிப் போட வேண்டியது தானே’ என்றேன்.

அதற்கு அவர் சொன்னார், ‘இதை நான் கீழேப் போட்டால் என்னை அந்தக் கடைக்காரர் ஏமாற்றியது போல், இந்த பணத்தை எடுப்பவர் வேறு யாரையாவது ஏமாற்றலாம் அல்லவா. இன்னொருவரின் ஏமாற்றத்திற்கு நாம் காரணமாக இருக்கக் கூடாது. நான் ஏமாற்றமடைந்தது என்னோடே போகட்டும், அதனால் அந்த பணம் என்னிடமே இருக்கட்டும்’ என்று பர்ஸில் வைத்து மூடிக்கொண்டார்.

இன்னொருவருக்கு துரோகம் செய்யாத நேர்மையான உள்ளம், தான் மேற்கொண்ட அறவாழ்வை இப்போது அமைதியாக அனுபவிக்கிறது.

இரண்டாவது அன்பு.

அன்பு எல்லோரிடத்திலும் சமமானதாய் இருந்தால் நிச்சயமாக உங்களுக்கு அமைதி கிடைக்கும்.

ஒரு யானைக்கு அன்னாசியில் வெடி வைத்துக் கொடுத்த போதும், பெட்ரோல் கொண்டு எரித்த போதும் எழுந்த உங்களது கருணை, ஆட்டிற்கும் கோழிக்கும் வரவில்லையே.

அன்பைக் கூட மனித உள்ளம் இரு வேறுபட்ட தராசில் அளக்கிறதே.

இரண்டுமே அஃறிணை தான்.

இரண்டுமே உயிர் தான்.

இரண்டுமே கொலை தான்.

இந்த போலியான உலகில் மனிதர்களின் நடிப்பு இப்போது எனக்கு வேடிக்கையாக தெரிகிறது.

இரண்டாண்டுகளுக்கு முன்பு நானும் இப்படித்தான் இருந்தேன்.

உண்மையை உணரும் போது குற்ற உணர்ச்சியும் தானே வருகிறது.

அனைவருமே தங்களுக்கென்று ஒரு சுயதர்மத்தை வகுத்துக் கொள்ளுங்கள்.

கர்ணன் யார் எதைக் கேட்டாலும் மறுக்காமல் கொடுப்பேன் என்று தனக்கென சுய தர்மத்தை வகுத்திருந்தார்.

சிறுதொண்டர் அடியார்கள் உண்ட பின்பே தானும் உண்பேன் எனும் சுயதர்மத்தை மேற்கொண்டார்.

அடியார்களின் துணியை துவைத்த பின்பே அடுத்த துணியை துவைப்பேன் என்று திருகுறிப்புத் தொண்டர் சுய தர்மம் கொண்டிருந்தார்.

அப்பூதியடிகள், இயற்பகை நாயனார், திருநீலகண்டர் இன்னும் பலர் தங்களுக்கென்று ஒரு கொள்கையை வகுத்திருந்தனர்.

அது இன்னொருவரின் துன்பத்தை தீர்க்கும் படியாக இருந்தது.

பொதுவாக ஒரு சுய தருமத்தை சொல்கிறேன். அதை அனைவருமே மேற்கொள்ளலாம். தினமும் ஒரு ஜீவராசியாவது நம்மால் பசியாற வேண்டும் என்பதை எடுத்துக் கொள்ளுங்கள்.

ஒரு பிடி சோறு உங்களால் தர முடிந்தால் வானந்தெரியும் வெட்டவெளியில் வையுங்கள் பட்சிகளுக்கு உணவாகும். அவ்வளவு முடியாதென்றால், ஒரு பருக்கை சோறு போதும் அது பத்து எறும்புகளுக்காவது உணவாகும்.

இது போன்ற சின்ன சின்ன சுய தர்மங்கள் கூட மனதிற்கு அமைதியளிக்க வல்லது.

இங்கு ஏதோ ஒரு கதை நடைப்பெற்றுக் கொண்டிருக்கிறது. அக்-கதையின் கதையறியாத கதாப்பாத்திரமாக இருக்கும் நமக்கு நடக்கவி-ருக்கும் கதை என்னவென்று தெரியப்போவதில்லை.

அதனால் எந்த துன்பத்தையும் சந்தோஷமாக ஏற்கத் தயாராகுங்கள், அந்த மனப்பக்குவம் வருவதை எல்லாம் செலவாக வேண்டியவை என்-றும், செலவழிவதை எல்லாம் கிருஷ்ணார்ப்பணம் என்றும் நினைத்து நினைத்து நிம்மதி அடையும்.

இத்தனை நேரமும் பல்வேறுபட்ட ஞானிகளின் தத்துவங்களை நான் என் அறிவுக்கு எட்டியவாறே அறிவுரையாகத் தந்தேன்.

அறிவுரைச் சொல்வதற்கு வெற்றியோ தோல்வியோ இரண்டிலொரு தகுதி வேண்டும்.

வென்றவன் எப்படி செய்யலாம் என்றும், தோற்றவன் எப்படி செய்யக் கூடாது என்றும் சொல்ல தகுதிப்படைத்தவர்களாவர்.

உலகத்தோடு வெறும் பத்தொன்பது ஆண்டுகளே பழகிய எனக்கு அத்தகைய தகுதி இல்லையானாலும், அறிவுரை கொடுக்குமளவிற்கு தெம்பு இருப்பதாகவே நினைத்து அடக்கத்துடனே இவ்வறிவுரையை முடித்துக் கொள்கிறேன்.

நம்முடைய ஞானமார்க்க பயணத்தை முடிவு செய்ய எனக்கு மனமில்லை, ஆனாலும் தொடர்ந்து கொண்டே போக போதிய அறிவும் ஞானமும் இப்போது எனக்கில்லை என்றே எண்ணுகிறேன்.

அதற்கு என்னை தயவுசெய்து மன்னிக்கவும்.

எல்லோரும் இதை தொடங்கும் போதே குறிப்பிடுவார்கள். நமக்கு முடிவே தொடக்கமாவதால், இறுதியிலே உணரமுடிகிறது.

உலகம் சிவமயம்

(முற்றிற்று)

www.ingramcontent.com/pod-product-compliance
Ingram Content Group UK Ltd.
Pitfield, Milton Keynes, MK11 3LW, UK
UKHW042000190726
13854UKWH00005B/2088

9 798886 290721